# KINH
# DƯỢC SƯ

# KINH DƯỢC SƯ

NGUYỄN MINH TIẾN *Việt dịch và chú giải*

Copyright © 2019 by UBP (United Buddhist Publisher) - Nhà Xuất Bản Liên Phật Hội

ISBN-13: 978-1-0919-0260-2
ISBN-10: 1-0919-0260-7

Bản quyền thuộc về dịch giả và Nhà xuất bản Liên Phật Hội. Hoan nghênh phổ biến nhưng vui lòng không tùy tiện chỉnh sửa hoặc thay đổi, thêm bớt nội dung.

# KINH DƯỢC SƯ

**[DƯỢC SƯ LƯU LY QUANG NHƯ LAI
BỔN NGUYỆN CÔNG ĐỨC KINH]**

ĐƯỜNG TAM TẠNG PHÁP SƯ HUYỀN TRANG PHỤNG CHIẾU DỊCH
NGUYỄN MINH TIẾN Việt dịch và chú giải

UNITED BUDDHIST PUBLISHER
NHÀ XUẤT BẢN LIÊN PHẬT HỘI

# NỘI DUNG

**NGHI THỨC KHAI KINH** ................................................. 5

**PHẦN DỊCH ÂM** ........................................................... 13

**PHẦN DỊCH NGHĨA** ..................................................... 57

# NGHI THỨC KHAI KINH

*(Phần nghi thức này không thuộc Kinh văn nhưng cần tụng niệm trước để tâm thức được an tịnh trước khi đi vào tụng đọc Kinh văn)*

# NIÊM HƯƠNG

*(Thắp đèn đốt hương trầm, đứng ngay ngắn chắp tay ngang ngực thầm niệm theo nghi thức dưới đây.)*

**Tịnh pháp giới chân ngôn:
Án lam tóa ha.**

*(3 lần)*

**Tịnh tam nghiệp chân ngôn:
Án ta phạ bà phạ, thuật đà ta phạ, đạt ma ta phạ, bà phạ thuật độ hám.**

*(3 lần)*

*(Chủ lễ thắp 3 cây hương, quỳ ngay ngắn nâng hương lên ngang trán niệm bài Cúng hương sau đây.)*

## CÚNG HƯƠNG TÁN PHẬT

Nguyện thử diệu hương vân,
Biến mãn thập phương giới.
Cúng dường nhất thiết Phật,
Tôn Pháp, chư Bồ Tát,
Vô biên Thanh văn chúng,
Cập nhất thiết thánh hiền.
Duyên khởi quang minh đài,
Xứng tánh tác Phật sự.
Phổ huân chư chúng sanh,
Giai phát Bồ-đề tâm,
Viễn ly chư vọng nghiệp,
Viên thành vô thượng đạo.

*(Chủ lễ xá 3 xá rồi đọc bài Kỳ nguyện dưới đây.)*

## KỲ NGUYỆN

Tư thời đệ tử chúng đẳng phúng tụng kinh chú, xưng tán hồng danh, tập thử công đức, nguyện thập phương thường trú Tam bảo, Bổn sư Thích-ca Mâu-ni Phật, Tiếp

Dẫn Đạo Sư A-di-đà Phật... từ bi gia hộ đệ tử... ..... Pháp danh... ..... phiền não đoạn diệt, nghiệp chướng tiêu trừ, thường hoạch kiết tường, vĩnh ly khổ ách. Phổ nguyện âm siêu dương thới, hải yến hà thanh, pháp giới chúng sanh tề thành Phật đạo.

*(Cắm hương ngay ngắn vào lư hương rồi đứng thẳng chắp tay niệm bài Tán Phật sau đây.)*

## TÁN PHẬT

Pháp vương vô thượng tôn,
Tam giới vô luân thất.
Thiên nhân chi Đạo sư,
Tứ sanh chi từ phụ.
Ư nhất niệm quy y,
Năng diệt tam kỳ nghiệp.
Xưng dương nhược tán thán,
Ức kiếp mạc năng tận.

## QUÁN TƯỞNG

Năng lễ sở lễ tánh không tịch,

Cảm ứng đạo giao nan tư nghì.

Ngã thử đạo tràng như đế châu,

Thập phương chư Phật ảnh hiện trung.

Ngã thân ảnh hiện chư Phật tiền,

Đầu diện tiếp túc quy mạng lễ.

Chí tâm đảnh lễ: Nam-mô tận hư không biến pháp giới quá, hiện, vị lai thập phương chư Phật, Tôn pháp, Hiền thánh tăng thường trú Tam bảo.

*(1 lạy)*

Chí tâm đảnh lễ: Nam-mô Ta-bà Giáo chủ Bổn sư Thích-ca Mâu-ni Phật, Đương lai hạ sanh Di-lặc Tôn Phật, Đại trí Văn-thù-sư-lợi Bồ Tát, Đại hạnh Phổ Hiền Bồ Tát,

Hộ Pháp Chư Tôn Bồ Tát, Linh Sơn Hội Thượng Phật Bồ Tát.

*(1 lạy)*

Chí tâm đảnh lễ: Nam-mô Tây phương Cực Lạc Thế giới Đại từ Đại bi A-di-đà Phật, Đại bi Quán Thế Âm Bồ Tát, Đại Thế Chí Bồ Tát, Đại nguyện Địa Tạng Vương Bồ Tát, Thanh Tịnh Đại Hải Chúng Bồ Tát.

*(1 lạy)*

*(Từ đây bắt đầu khai chuông mõ, đại chúng đồng tụng.)*

### TÁN HƯƠNG

Lư hương xạ nhiệt,
Pháp giới mông huân,
Chư Phật hải hội tất diêu văn,
Tùy xứ kiết tường vân,
Thành ý phương ân,
Chư Phật hiện toàn thân.

Nam-mô Hương Vân Cái Bồ Tát Ma-ha-tát.

*(3 lần)*

## CHÚ ĐẠI BI

Nam-mô Đại Bi Hội Thượng Phật Bồ Tát.

*(3 lần)*

Thiên thủ thiên nhãn vô ngại đại bi tâm đà-la-ni.

Nam mô hắc ra đát na đa ra dạ da. Nam mô a rị da, bà lô yết đế, thước bát ra da, bồ đề tát đỏa bà da, ma ha tát đỏa bà da, ma ha ca lô ni ca da. Án, tát bàn ra phạt duệ, số đát na đát tỏa.

Nam mô tất kiết lật đỏa y mông, a rị da bà lô kiết đế, thất phật ra lăng đà bà.

Nam mô na ra cẩn trì hê rị, ma ha bàn đa sa mế, tát bà a tha đậu du bằng, a thệ dựng, tát bà tát đa, na ma bà dà, ma phạt đạt đậu, đát điệt tha. Án a bà lô hê, lô ca đế, ca ra đế, di hê rị, ma ha bồ đề tát đỏa, tát bà tát bà, ma ra ma ra, ma hê ma hê, rị đà dựng cu lô cu lô, kiết mông độ lô độ lô, phạt xà da dế, ma ha phạt xà da dế, đà ra đà ra, địa rị ni, thất Phật ra da, dá ra dá ra. Mạ mạ phạt ma ra, mục đế lệ, y hê y hê, thất na thất na, a ra sâm Phật ra xá lợi, phạt sa phạt sâm, Phật ra xá da, hô lô hô lô ma ra, hô lô hô lô hê rị, ta ra ta ra, tất rị tất rị, tô rô tô rô, bồ đề dạ bồ đề dạ, bồ đà dạ bồ đà dạ, di đế rị dạ, na ra cẩn trì địa rị sắc ni na, ba dạ ma na, ta bà ha. Tất đà dạ, ta bà ha. Ma ha tất đà dạ ta bà ha. Tất đà du nghệ, thất bàn ra dạ, ta bà ha. Na ra cẩn trì, ta bà ha. Ma ra na ra, ta bà ha. Tất ra tăng a mục khê da, ta bà ha. Ta bà ma ha, a tất đà dạ, ta bà ha. Giả kiết ra a tất đà dạ, ta bà ha. Ba đà ma yết, tất đà dạ, ta bà ha. Na ra cẩn trì bàn đà ra dạ, ta bà ha. Ma bà lỵ thắng yết ra dạ, ta bà ha.

Nam mô hắc ra đát na đa ra dạ da. Nam mô a rị da bà lô yết đế, thước bàn ra dạ, ta bà ha.

Án tất điện đô, mạn đa ra, bạt đà dạ, ta bà ha. *(3 lần)*

Nam-mô Bổn sư Thích-ca Mâu-ni Phật.

*(3 lần)*

## KHAI KINH KỆ

Vô thượng thậm thâm vi diệu pháp,
Bá thiên vạn kiếp nan tao ngộ,
Ngã kim kiến văn đắc thọ trì,
Nguyện giải Như Lai chân thật nghĩa.

Nam-mô Liên Trì Hải Hội Phật Bồ Tát.

*(3 lần)*

# PHẦN DỊCH ÂM
## DƯỢC SƯ LƯU LY QUANG NHƯ LAI BẢN NGUYỆN CÔNG ĐỨC KINH

*(Đường Tam Tạng Pháp Sư Huyền Trang phụng chiếu dịch)*

Như thị ngã văn: Nhất thời Bạc-già-phạm du hóa chư quốc, chí Quảng Nghiêm thành, trụ Nhạc âm thụ hạ, dữ đại Bật-sô chúng bát thiên nhân câu. Bồ Tát ma-ha-tát tam vạn lục thiên, cập quốc vương, đại thần, bà-la-môn, cư sĩ, thiên long bát bộ, nhân, phi nhân đẳng, vô lượng đại chúng cung kính vi nhiễu, nhi vị thuyết pháp.

Nhĩ thời, Mạn-thù-thất-lỵ Pháp vương tử, thừa Phật oai thần, tùng tòa nhi khởi, thiên đản nhất kiên, hữu tất trước địa, hướng Bạc-già-phạm, khúc cung hiệp chưởng, bạch ngôn: "Thế Tôn! Duy nguyện diễn thuyết như thị tương loại chư Phật danh hiệu, cập bổn đại nguyện thù thắng công đức, linh chư văn giả nghiệp chướng tiêu trừ, vị dục lợi lạc tượng pháp chuyển thời chư hữu tình cố."

Nhĩ thời, Thế Tôn tán Mạn-thù-thất-lỵ Đồng tử ngôn:

"Thiện tai, thiện tai! Mạn-thù-thất-lỵ, nhữ dĩ đại bi khuyến thỉnh ngã thuyết chư Phật danh hiệu, bản nguyện công đức, vị bạt nghiệp chướng sở triền hữu tình, lợi ích an lạc tượng pháp chuyển thời chư hữu tình cố. Nhữ kim đế thính, cực thiện tư duy. Đương vị nhữ thuyết."

Mạn-thù-thất-lỵ ngôn: "Duy nhiên, nguyện thuyết. Ngã đẳng nhạo văn."

Phật cáo Mạn-thù-thất-lỵ: "Đông

phương khứ thử quá thập Căng-già sa đẳng Phật độ, hữu thế giới danh Tịnh Lưu Ly, Phật hiệu Dược Sư Lưu Ly Quang Như Lai, Ứng, Chánh đẳng giác, Minh hạnh viên mãn, Thiện thệ, Thế gian giải, Vô thượng trượng phu điều ngự sĩ, Thiên nhân sư, Phật, Bạc-già-phạm.

"Mạn-thù-thất-ly! Bỉ Phật Thế Tôn Dược Sư Lưu Ly Quang Như Lai, bổn hành Bồ Tát đạo thời, phát thập nhị đại nguyện, linh chư hữu tình sở cầu giai đắc.

"Đệ nhất đại nguyện: Nguyện ngã lai thế, đắc A-nậu-đa-la Tam-miệu Tam-bồ-đề thời, tự thân quang minh xí nhiên chiếu diệu vô lượng vô số vô biên thế giới. Dĩ tam thập nhị đại trượng phu tướng, bát thập tùy hảo trang nghiêm kỳ thân, linh nhất thiết hữu tình như ngã vô dị.

"Đệ nhị đại nguyện: Nguyện ngã lai thế, đắc Bồ-đề thời, thân như lưu ly, nội ngoại minh triệt, tịnh vô hà uế, quang minh quảng đại, công đức nguy nguy. Thân thiện an trụ, diệm võng trang nghiêm, quá ư nhật nguyệt. U minh chúng sanh tất mông khai hiểu, tùy ý sở thú tác chư sự nghiệp.

"Đệ tam đại nguyện: Nguyện ngã lai thế, đắc Bồ-đề thời, dĩ vô lượng vô biên trí huệ phương tiện, linh chư hữu tình giai đắc vô tận sở thọ dụng vật, mạc linh chúng sanh hữu sở phạp thiểu.

"Đệ tứ đại nguyện: Nguyện ngã lai thế, đắc Bồ-đề thời, nhược chư hữu tình hành tà đạo giả, tất linh an trụ Bồ-đề đạo trung. Nhược hành Thanh văn, Độc giác thừa giả, giai dĩ Đại thừa nhi an lập chi.

"Đệ ngũ đại nguyện: Nguyện ngã lai thế, đắc Bồ-đề thời, nhược hữu vô lượng vô biên hữu tình, ư ngã pháp trung, tu hành phạm hạnh, nhất thiết giai linh đắc bất khuyết giới, cụ Tam tụ giới. Thiết hữu hủy phạm, văn ngã danh dĩ, hoàn đắc thanh tịnh, bất đọa ác thú.

"Đệ lục đại nguyện: Nguyện ngã lai thế, đắc Bồ-đề thời, nhược chư hữu tình, kỳ thân hạ liệt, chư căn bất cụ, xú lậu ngoan ngu, manh lung ấm á, loan tịch bối lũ, bạch lại điên cuồng, chủng chủng bệnh khổ, văn ngã danh dĩ, nhất thiết giai đắc đoan chánh, hiệt huệ, chư căn hoàn cụ, vô chư tật khổ.

"Đệ thất đại nguyện: Nguyện ngã lai thế, đắc Bồ-đề thời, nhược chư hữu tình, chúng bệnh bức thiết, vô cứu, vô qui, vô y, vô dược, vô thân, vô gia, bần cùng đa khổ, ngã chi danh hiệu, nhất kinh kỳ nhĩ, chúng bệnh tất trừ, thân tâm an lạc, gia thuộc tư cụ, tất giai phong túc, nãi chí chứng đắc Vô thượng Bồ-đề.

"Đệ bát đại nguyện: Nguyện ngã lai thế, đắc Bồ-đề thời, nhược hữu nữ nhân, vi nữ bách ác chi sở bức não, cực sanh yếm ly, nguyện xả nữ thân. Văn ngã danh dĩ, nhất thiết giai đắc chuyển nữ thành nam, cụ trượng phu tướng, nãi chí chứng đắc Vô thượng Bồ-đề.

"Đệ cửu đại nguyện: Nguyện ngã lai thế, đắc Bồ-đề thời, linh chư hữu tình xuất ma quyến võng, giải thoát nhất thiết ngoại đạo triền phược. Nhược đọa chủng chủng ác kiến trù lâm, giai đương dẫn nhiếp, trí ư chánh kiến; tiệm linh tu tập chư Bồ Tát hạnh, tốc chứng Vô thượng Chánh đẳng Bồ-đề.

"Đệ thập đại nguyện: Nguyện ngã lai thế, đắc Bồ-đề thời, nhược chư hữu tình, vương pháp sở gia, phược lục tiên thát, hệ bế lao ngục, hoặc đương hình lục, cập chư vô lượng tai nạn lăng nhục, bi sầu tiễn bức thân tâm thọ khổ, nhược văn ngã danh, dĩ ngã phước đức oai thần lực cố, giai đắc giải thoát nhất thiết ưu khổ.

"Đệ thập nhất đại nguyện: Nguyện ngã lai thế, đắc Bồ-đề thời, nhược chư hữu tình, cơ khát sở não, vị cầu thực cố, tạo chư ác nghiệp, đắc văn ngã danh, chuyên niệm thọ trì, ngã đương tiên dĩ thượng diệu ẩm thực, bảo túc kỳ thân, hậu dĩ pháp vị, tất cánh an lạc nhi kiến lập chi.

"Đệ thập nhị đại nguyện: Nguyện ngã lai thế, đắc Bồ-đề thời, nhược chư hữu tình, bần vô y phục, mân manh hàn nhiệt, trú dạ bức não, nhược văn ngã danh, chuyên niệm thọ trì, như kỳ sở háo, tức đắc chủng chủng thượng diệu y phục. Diệc đắc nhất thiết bảo trang nghiêm cụ, hoa man đồ hương, cổ nhạc chúng kỹ. Tùy tâm sở ngoạn, giai linh mãn túc.

"Mạn-thù-thất-lỵ! Thị vi bỉ Thế Tôn Dược Sư Lưu Ly Quang, Như Lai, Ứng, Chánh đẳng giác... hành Bồ Tát Đạo thời, sở phát Thập nhị vi diệu thượng nguyện.

"Phục thứ, Mạn-thù-thất-lỵ! Bỉ Thế Tôn Dược Sư Lưu Ly Quang Như Lai, hành Bồ Tát đạo thời sở phát đại nguyện, cập bỉ Phật độ công đức trang nghiêm, ngã nhược nhất kiếp, nhược nhất kiếp dư, thuyết bất năng tận.

"Nhiên bỉ Phật độ, nhất hướng thanh tịnh, vô hữu nữ nhân, diệc vô ác thú cập khổ âm thanh. Lưu ly vi địa, kim thằng giới đạo, thành khuyết cung các, hiên song la võng, giai thất bảo thành, diệc như Tây phương Cực Lạc thế giới công đức trang nghiêm, đẳng vô sai biệt.

"Ư kỳ quốc trung, hữu nhị Bồ Tát ma-ha-tát: nhất danh Nhật Quang Biến Chiếu, nhị danh Nguyệt Quang Biến Chiếu. Thị bỉ vô lượng vô số Bồ Tát chúng chi thượng thủ. Thứ bổ Phật xứ tất năng trì bỉ Thế Tôn Dược Sư Lưu Ly Quang Như Lai chánh pháp bảo tạng.

"Thị cố, Mạn-thù-thất-lỵ! Chư hữu tín tâm, thiện nam tử, thiện nữ nhân đẳng, ưng đương nguyện sanh bỉ Phật thế giới."

Nhĩ thời, Thế Tôn phục cáo Mạn-thù-thất-ly Đồng tử ngôn: "Mạn-thù-thất-ly! Hữu chư chúng sanh bất thức thiện ác, duy hoài tham lận, bất tri bố thí cập thí quả báo. Ngu si vô trí, khuyết ư tín căn. Đa tụ tài bảo, cần gia thủ hộ. Kiến khất giả lai, kỳ tâm bất hỷ. Thiết bất hoạch dĩ nhi hành thí thời, như cát thân nhục, thâm sanh thống tích.

"Phục hữu vô lượng khan tham hữu tình, tích tập tư tài, ư kỳ tự thân thượng bất thọ dụng, hà huống năng dữ phụ mẫu, thê tử, nô tỳ tác sử cập lai khất giả? Bỉ chư hữu tình, tùng thử mạng chung, sanh ngạ quỉ giới hoặc bàng sanh thú. Do tích nhân gian, tằng đắc tạm văn Dược Sư Lưu Ly Quang Như

Lai danh cố, niệm tại ác thú, tạm đắc ức niệm bỉ Như Lai danh. Tức ư niệm thời, tùng bỉ xứ một, hoàn sanh nhân trung, đắc túc mạng niệm, úy ác thú khổ, bất nhạo dục lạc, háo hành huệ thí, tán thán thí giả. Nhất thiết sở hữu, tất vô tham tích. Tiệm thứ thượng năng dĩ đầu mục, thủ túc, huyết nhục, thân phận, thí lai cầu giả, huống dư tài vật?

"Phục thứ, Mạn-thù-thất-ly! Nhược chư hữu tình, tuy ư Như Lai thọ chư học xứ nhi phá thi-la. Hữu tuy bất phá thi-la, nhi phá quỹ tắc. Hữu ư thi-la, quỹ tắc, tuy đắc bất hoại, nhiên hủy chánh kiến. Hữu tuy bất hủy chánh kiến, nhi khí đa văn, ư Phật sở thuyết khế kinh thâm nghĩa, bất năng giải liễu. Hữu tuy đa văn, nhi tăng thượng mạn. Do tăng thượng mạn phú tế tâm cố, tự thị phi tha, hiềm báng Chánh pháp, vi ma bạn đảng. Như thị ngu nhân tự hành tà kiến, phục linh vô lượng câu-chi hữu tình đọa đại hiểm khanh. Thử chư hữu tình ưng ư địa ngục, bàng sanh, quỷ thú, lưu chuyển vô cùng.

"Nhược đắc văn thử Dược Sư Lưu Ly Quang Như Lai danh hiệu, tiện xả ác hạnh, tu chư thiện pháp, bất đọa ác thú. Thiết hữu bất năng xả chư ác hạnh, tu hành thiện pháp, đọa ác thú giả, dĩ bỉ Như Lai bản nguyện oai lực, linh kỳ hiện tiền tạm văn danh hiệu, tùng bỉ mạng chung, hoàn sanh nhân thú, đắc chánh kiến, tinh tấn, thiện điều ý lạc. Tiện năng xả gia, thú ư phi gia. Như Lai pháp trung, thọ trì học xứ, vô hữu hủy phạm, chánh kiến, đa văn giải thậm thâm nghĩa, ly tăng thượng mạn, bất báng chánh pháp, bất vi ma bạn. Tiệm thứ tu hành chư Bồ Tát hạnh, tốc đắc viên mãn.

"Phục thứ, Mạn-thù-thất-ly! Nhược chư hữu tình, khan tham tật đố, tự tán hủy tha, đương đọa tam ác thú trung vô lượng thiên tuế, thọ chư kịch khổ.

"Thọ kịch khổ dĩ, tùng bỉ mạng chung, lai sanh nhân gian, tác ngưu mã đà lư, hằng bị tiên thát, cơ khát bức não. Hựu thường phụ trọng, tùy lộ nhi hành.

"Hoặc đắc vi nhân, sanh cư hạ tiện, tác nhân nô tỳ, thọ tha khu dịch, hằng bất tự tại. Nhược tích nhân trung tằng văn Thế Tôn Dược Sư Lưu Ly Quang Như Lai danh hiệu, do thử thiện nhân, kim phục ức niệm, chí tâm qui y. Dĩ Phật thần lực, chúng khổ giải thoát, chư căn thông lợi, trí huệ, đa văn, hằng cầu thắng pháp, thường ngộ thiện hữu, vĩnh đoạn ma quyến, phá vô minh xác, kiệt phiền não hà, giải thoát nhất thiết sanh, lão, bệnh, tử, ưu sầu khổ não.

"Phục thứ, Mạn-thù-thất-ly! Nhược chư hữu tình, háo hỷ quai ly, cánh tương đấu tụng, não loạn tự tha, dĩ thân ngữ ý, tạo tác tăng trưởng chủng chủng ác nghiệp, triển chuyển thường vi bất nhiêu ích sự, hỗ tương mưu hại. Cáo triệu sơn lâm thọ trủng đẳng thần. Sát chư chúng sanh, thủ kỳ huyết nhục, tế tự Dược-xoa, La-sát-bà đẳng. Thư oán nhân danh, tác kỳ hình tượng, dĩ ác chú thuật nhi chú trớ chi. Yểm my cổ đạo, chú khởi thi quỷ, linh đoạn bỉ mạng cập hoại kỳ thân. Thị chư hữu tình nhược đắc văn thử Dược Sư Lưu Ly Quang Như Lai danh hiệu, bỉ chư ác sự tất bất năng hại. Nhất thiết triển chuyển giai khởi từ tâm, lợi ích an lạc, vô tổn não ý cập hiềm hận tâm, các các hoan duyệt. Ư tự sở thọ, sanh ư hỷ túc, bất tương xâm lăng, hỗ vi nhiêu ích.

"Phục thứ, Mạn-thù-thất-lỵ! Nhược hữu Tứ chúng: Bật-sô, Bật-sô-ni, Ô-ba-sách-ca, Ô-ba-ty-ca, cập dư tịnh tín: thiện nam tử, thiện nữ nhân đẳng, hữu năng thọ trì Bát phần trai giới, hoặc kinh nhất niên, hoặc phục tam ngoạt, thọ trì học xứ.

"Dĩ thử thiện căn, nguyện sanh Tây phương Cực Lạc thế giới Vô Lượng Thọ Phật. Sở thính văn chánh pháp, nhi vị định giả. Nhược văn Thế Tôn Dược Sư Lưu Ly Quang Như Lai danh hiệu, lâm mạng chung thời, hữu bát đại Bồ Tát, kỳ danh viết: Văn-thù-sư-lợi

Bồ Tát, Quán Thế Âm Bồ Tát, Đắc Đại Thế Bồ Tát, Vô Tận Ý Bồ Tát, Bảo Đàn Hoa Bồ Tát, Dược Vương Bồ Tát, Dược Thượng Bồ Tát, Di Lặc Bồ Tát. Thị bát đại Bồ Tát thừa không nhi lai, thị kỳ đạo lộ. Tức ư bỉ giới chủng chủng tạp sắc chúng bảo hoa trung, tự nhiên hóa sanh.

"Hoặc hữu nhân thử, sanh ư thiên thượng. Tuy sanh thiên thượng, nhi bổn thiện căn diệc vị cùng tận. Bất phục cánh sanh chư dư ác thú. Thiên thượng thọ tận, hoàn sanh nhân gian. Hoặc vi luân vương, thống nhiếp tứ châu, oai đức tự tại, an lập vô lượng bá thiên hữu tình ư thập thiện đạo. Hoặc sanh sát-đế-ly, bà-la-môn, cư sĩ, đại gia, đa nhiêu tài bảo, thương khố doanh vật, hình tướng đoan chánh, quyến thuộc cụ túc, thông minh trí huệ, dõng kiện oai mãnh như đại lực sĩ.

"Nhược thị nữ nhân đắc văn Thế Tôn Dược Sư Lưu Ly Quang Như Lai danh hiệu, chí tâm thọ trì, ư hậu bất phục cánh thọ nữ thân.

"Phục thứ, Mạn-thù-thất-lỵ! Bỉ Dược Sư Lưu Ly Quang Như Lai, đắc Bồ-đề thời, do bản nguyện lực, quán chư hữu tình, ngộ chúng bệnh khổ, sấu luyện càn tiêu, hoàng nhiệt đẳng bệnh. Hoặc bị yếm my, cổ độc sở trúng. Hoặc phục đoản mạng, hoặc thời hoạnh tử. Dục linh thị đẳng bệnh khổ tiêu trừ, sở cầu nguyện mãn, thời bỉ Thế Tôn nhập Tam-ma địa, danh viết Trừ diệt nhất thiết chúng sanh khổ não. Ký nhập định dĩ, ư nhục kế trung, xuất đại quang minh, quang trung diễn thuyết Đại Đà-la-ni, viết:

"Nam-mô Bạc-già-phạt-đế, Bệ-sái-xã lũ-rô. Bệ-lưu-ly, Bát-lạt-bà, hát-ra-xà-giả. Đát-đà-yết-đa-da A ra-hát-đế. Tam miệu. Tam-bột-đà-da. Đát-điệt-tha. Án. Bệ-sái-thệ. Bệ-sái-thệ. Bệ-sái-xã. Tam-một-yết-đế, Tá-ha!

"Nhĩ thời, quang trung thuyết thử chú dĩ, đại địa chấn động, phóng đại quang minh. Nhất thiết chúng sanh bệnh khổ giai trừ, thọ an ổn lạc.

"Mạn-thù-thất-lỵ! Nhược kiến nam tử, nữ nhân hữu bệnh khổ giả, ưng đương nhất tâm, vị bỉ bệnh nhân, thường thanh tịnh tảo thấu, hoặc thực hoặc dược, hoặc vô trùng thủy, chú nhất bá bát biến, dữ bỉ phục thực. Sở hữu bệnh khổ, tất giai tiêu diệt.

Nhược hữu sở cầu, chí tâm niệm tụng, giai đắc như thị, vô bệnh diên niên. Mạng chung chi hậu, sanh bỉ thế giới, đắc Bất thối chuyển, nãi chí Bồ-đề.

"Thị cố, Mạn-thù-thất-ly! Nhược hữu nam tử, nữ nhân, ư bỉ Dược Sư Lưu Ly Quang Như Lai, chí tâm ân trọng, cung kính cúng dường giả, thường trì thử chú, vật linh phế vong.

"Phục thứ, Mạn-thù-thất-ly! Nhược hữu tịnh tín nam tử, nữ nhân, đắc văn Dược Sư Lưu Ly Quang, Như Lai, Ứng, Chánh đẳng giác… sở hữu danh hiệu. Văn dĩ tụng trì, thần tước xỉ mộc, tảo thấu thanh tịnh, dĩ chư hương hoa, thiêu hương, đồ hương, tác chúng kỹ nhạc, cúng dường hình tượng. Ư thử kinh điển, nhược tự thư, nhược giáo nhân thư, nhất tâm thọ trì, thính văn kỳ nghĩa. Ư bỉ pháp sư, ưng tu cúng dường, nhất thiết sở hữu tư thân chi cụ, tất giai thí dữ, vật linh phạp thiểu. Như thị tiện mông chư Phật hộ niệm; sở cầu nguyện mãn, nãi chí Bồ-đề."

Nhĩ thời, Mạn-thù-thất-ly Đồng tử bạch Phật ngôn: "Thế Tôn! Ngã đương thệ ư Tượng pháp chuyển thời, dĩ chủng chủng phương tiện, linh chư tịnh tín thiện nam tử, thiện nữ nhân đẳng đắc văn Thế Tôn Dược Sư Lưu Ly Quang Như Lai danh hiệu. Nãi chí thụy trung, diệc dĩ Phật danh giác ngộ kỳ nhĩ.

"Thế Tôn! Nhược ư thử kinh thọ trì độc tụng, hoặc phục vị tha diễn thuyết khai thị. Nhược tự thơ, nhược giáo nhân thơ, cung kính tôn trọng, dĩ chủng chủng hoa hương, đồ hương, mạt hương, thiêu hương, hoa man anh lạc, phan cái kỹ nhạc nhi vi cúng dường.

"Dĩ ngũ sắc thái, tác nang thành chi. Tảo sái tịnh xứ, phu

thiết cao tọa nhi dụng an xứ. Nhĩ thời, Tứ Đại Thiên vương dữ kỳ quyến thuộc cập dư vô lượng bá thiên thiên chúng giai nghệ kỳ sở cúng dường thủ hộ.

"Thế Tôn! Nhược thử kinh bảo lưu hành chi xứ, hữu năng thọ trì, dĩ bỉ Thế Tôn Dược Sư Lưu Ly Quang Như Lai bản nguyện công đức cập văn danh hiệu, đương tri thị xứ vô phục hoạnh tử. Diệc phục bất vi chư ác quỉ thần đoạt kỳ tinh khí. Thiết dĩ đoạt giả, hoàn đắc như cố, thân tâm an lạc."

Phật cáo Mạn-thù-thất-ly: "Như thị, như thị. Như nhữ sở thuyết.

"Mạn-thù-thất-ly! Nhược hữu tịnh tín thiện nam tử, thiện nữ nhân đẳng dục cúng dường bỉ Thế Tôn Dược Sư Lưu Ly Quang Như Lai giả, ưng tiên tạo lập bỉ Phật hình tượng, phu thanh tịnh tòa nhi an xứ chi. Tán chủng chủng hoa, thiêu chủng chủng hương, dĩ chủng chủng tràng phan, trang nghiêm kỳ xứ. Thất nhật thất dạ, thọ bát phần trai giới, thực thanh tịnh thực. Tảo dục hương khiết, trước tân tịnh y. Ưng sanh vô cấu trược tâm, vô nộ hại tâm. Ư nhất thiết hữu tình, khởi lợi ích an lạc, từ bi hỷ xả bình đẳng chi tâm. Cổ nhạc ca tán, hữu nhiễu Phật tượng. Phục ưng niệm bỉ Như Lai bản nguyện công đức, độc tụng thử kinh, tư duy kỳ nghĩa, diễn thuyết khai thị.

"Tùy sở nhạo cầu, nhất thiết giai toại. Cầu trường thọ đắc trường thọ, cầu phú nhiêu đắc phú nhiêu, cầu quan vị đắc quan vị, cầu nam nữ đắc nam nữ.

"Nhược phục hữu nhân, hốt đắc ác mộng, kiến chư ác tướng, hoặc quái điểu lai tập, hoặc ư trụ xứ, bá quái xuất hiện. Thử nhân nhược dĩ chúng diệu tư cụ, cung kính cúng dường bỉ Thế Tôn Dược Sư Lưu Ly Quang Như Lai giả, ác mộng ác tướng, chư bất cát tường giai tất ẩn một, bất năng vi hoạn.

"Hoặc hữu thủy hỏa, đao độc, huyền hiểm, ác tượng, sư tử, hổ lang, hùng bi, độc xà, ác yết, ngô công, do diên, mân manh đẳng bố. Nhược năng chí tâm ức niệm bỉ Phật, cung kính cúng dường, nhất thiết bố úy giai đắc giải thoát.

"Nhược tha quốc xâm nhiễu, đạo tặc phản loạn, ức niệm cung kính bỉ Như Lai giả, diệc giai giải thoát.

"Phục thứ, Mạn-thù-thất-ly! Nhược hữu tịnh tín thiện nam tử

thiện nữ nhân đẳng, nãi chí tận hình bất sự dư thiên, duy đương nhất tâm quy Phật, Pháp, Tăng, thọ trì cấm giới, nhược Ngũ giới, Thập giới, Bồ Tát tứ bá giới, Bật-sô nhị bá ngũ thập giới, Bật-sô ni ngũ bá giới. Ư sở thọ trung, hoặc hữu hủy phạm, bố đọa ác thú. Nhược năng chuyên niệm bỉ Phật danh hiệu, cung kính cúng dường giả, tất định bất thọ tam ác thú sanh.

"Hoặc hữu nữ nhân, lâm đương sản thời, thọ ư cực khổ. Nhược năng chí tâm xưng danh lễ tán, cung kính cúng dường bỉ Như Lai giả, chúng khổ giai trừ. Sở sanh chi tử, thân phận cụ túc, hình sắc đoan chánh, kiến giả hoan hỷ, lợi căn thông minh, an ổn thiểu bệnh. Vô hữu phi nhân đoạt kỳ tinh khí."

Nhĩ thời, Thế Tôn cáo A-nan ngôn: "Như ngã xưng dương bỉ Thế

Tôn Dược Sư Lưu Ly Quang Như Lai sở hữu công đức, thử thị chư Phật thậm thâm hành xứ, nan khả giải liễu. Nhữ vi tín phủ?"

A-nan bạch ngôn: "Đại đức Thế Tôn! Ngã ư Như Lai sở thuyết khế kinh, bất sanh nghi hoặc. Sở dĩ giả hà? Nhất thiết Như Lai thân, ngữ, ý nghiệp, vô bất thanh tịnh.

"Thế Tôn! Thử nhật nguyệt luân khả linh đọa lạc. Diệu cao sơn vương khả sử khuynh động. Chư Phật sở ngôn, vô hữu dị dã.

"Thế Tôn! Hữu chư chúng sanh, tín căn bất cụ, văn thuyết chư Phật thậm thâm hành xứ, tác thị tư duy: Vân hà đản niệm Dược Sư Lưu Ly Quang Như Lai nhất Phật danh hiệu, tiện hoạch nhĩ sở công đức thắng lợi? Do thử bất tín, phản sanh phỉ báng. Bỉ ư trường dạ, thất đại lợi lạc, đọa chư ác thú, lưu chuyển vô cùng."

Phật cáo A-nan: "Thị chư hữu tình, nhược văn Thế Tôn Dược Sư Lưu Ly Quang Như Lai danh hiệu, chí tâm thọ trì, bất sanh nghi hoặc, đọa ác thú giả vô hữu thị xứ.

"A-nan! Thử thị chư Phật thậm thâm sở hành, nan khả tín giải. Nhữ kim năng thọ, đương tri giai thị Như Lai oai lực.

"A-nan! Nhất thiết Thanh văn, Độc giác cập vị đăng địa chư Bồ Tát đẳng, giai tất bất năng như thật tín giải. Duy trừ Nhất sanh sở hệ Bồ Tát.

"A-nan! Nhân thân nan đắc. Ư Tam Bảo trung, tín kính tôn trọng, diệc nan khả đắc. Văn Thế Tôn Dược Sư Lưu Ly Quang Như Lai danh hiệu, phục nan ư thị.

"A-nan! Bỉ Dược Sư Lưu Ly Quang Như Lai, vô lượng Bồ Tát hạnh, vô lượng thiện xảo phương tiện, vô lượng quảng đại nguyện, ngã nhược nhất kiếp, nhược nhất kiếp dư, nhi quảng thuyết giả, kiếp khả tốc tận, bỉ Phật hạnh nguyện, thiện xảo phương tiện vô hữu tận dã."

Nhĩ thời, Chúng trung, hữu nhất Bồ Tát Ma-ha-tát, danh viết Cứu Thoát, tức tùng tòa khởi, thiên đản hữu kiên, hữu tất trước địa, khúc cung hiệp chưởng, nhi bạch Phật ngôn: "Đại đức Thế Tôn! Tượng pháp chuyển thời. Hữu chư chúng sanh, vi chủng chủng hoạn chi sở khốn ách, trường bệnh luy sấu, bất năng ẩm thực, hầu thần càn táo, kiến chư phương ám, tử tướng hiện tiền. Phụ mẫu thân thuộc, bằng hữu tri thức đề khấp vi nhiễu.

Nhiên bỉ tự thân, ngọa tại bổn xứ, kiến Diễm-ma sứ, dẫn kỳ thần thức chí vu Diễm-ma Pháp vương chi tiền. Nhiên chư hữu tình hữu Câu sanh thần, tùy kỳ sở tác, nhược tội nhược phước, giai cụ thư chi, tận trì thọ dữ Diễm-ma Pháp vương.

"Nhĩ thời, bỉ vương thôi vấn kỳ nhân, toán kế sở tác, tùy kỳ tội phước nhi xử đoán chi. Thời bỉ bệnh nhân thân thuộc tri thức nhược năng vị bỉ, qui y Thế Tôn Dược Sư Lưu Ly Quang Như Lai, thỉnh chư chúng tăng, chuyển độc thử kinh, nhiên thất tằng chi đăng, huyền ngũ sắc tục mạng thần phan. Hoặc hữu thị xứ bỉ thức đắc hoàn, như tại mộng trung, minh liễu tự kiến.

"Hoặc kinh thất nhật, hoặc nhị thập nhất nhật, hoặc tam thập ngũ nhật, hoặc tứ thập cửu nhật, bỉ thức hoàn thời, như tùng mộng giác, giai tự ức tri thiện bất thiện nghiệp. Sở đắc quả báo, do tự chứng kiến, nghiệp quả báo cố, nãi chí mạng nan, diệc bất tạo tác chư ác chi nghiệp.

"Thị cố tịnh tín thiện nam tử, thiện nữ nhân đẳng giai ưng thọ trì Dược Sư Lưu Ly Quang Như Lai danh hiệu, tùy lực sở năng, cung kính cúng dường."

Nhĩ thời, A-nan vấn Cứu Thoát Bồ Tát viết: "Thiện nam tử! Ưng vân hà cung kính cúng dường bỉ Thế Tôn Dược Sư Lưu Ly Quang Như Lai? Tục mạng phan đăng, phục vân hà tạo?"

Cứu Thoát Bồ Tát ngôn: "Đại đức! Nhược hữu bệnh nhân dục thoát bệnh khổ, đương vị kỳ nhân, thất nhật thất dạ, thọ trì Bát phần trai giới. Ưng dĩ ẩm thực cập dư chư cụ, tùy lực sở biện, cúng dường Bật-sô tăng. Trú dạ lục thời, lễ bái, cúng dường bỉ Thế Tôn Dược Sư Lưu Ly Quang Như Lai. Độc tụng thử kinh tứ thập cửu biến, nhiên tứ thập cửu đăng, tạo bỉ Như Lai hình tượng thất khu. Nhất nhất tượng tiền, các trí thất đăng. Nhất nhất đăng lượng, đại như xa luân, nãi chí tứ thập cửu nhật, quang minh bất tuyệt. Tạo ngũ sắc thái phan, trường tứ thập cửu trích thủ. Ưng phóng tạp loại chúng sanh, chí tứ thập cửu nhật, khả đắc quá độ nguy ách chi nạn, bất vi chư hoạch ác quỉ sở trì.

"Phục thứ, A-nan! Nhược sát-đế-ly Quán đảnh vương đẳng, tai nạn khởi thời, sở vị: nhân trung tật dịch nạn, tha quốc xâm bức nạn, tự giới bạn nghịch nạn, tinh tú biến quái nạn, nhật nguyệt bạc thực nạn, phi thời phong vũ nạn, quá thời bất vũ nạn, bỉ sát-đế-ly Quán đảnh vương đẳng, nhĩ thời ưng ư nhất thiết hữu tình, khởi từ bi tâm, xá chư hệ bế, y tiền sở thuyết cúng dường chi pháp, cúng dường bỉ Thế Tôn Dược Sư Lưu Ly Quang Như Lai. Do thử thiện căn cập bỉ Như Lai bản nguyện lực cố, linh kỳ quốc giới tức đắc an ổn, phong vũ thuận thời, cốc giá thành thục. Nhất thiết hữu tình vô bệnh, hoan lạc.

"Ư kỳ quốc trung, vô hữu bạo ngược Dược-xoa đẳng thần não hữu tình giả. Nhất thiết ác tướng giai tức ẩn một. Nhi sát-đế-ly Quán đỉnh vương đẳng, thọ mạng sắc lực, vô bệnh tự tại, giai đắc tăng ích.

"A-nan! Nhược đế hậu phi chúa, trừ quân vương tử, đại thần phụ tướng, trung cung thể nữ, bá quan lê thứ vi bệnh sở khổ, cập dư ách nạn, diệc ưng tạo lập ngũ sắc thần phan, nhiên đăng tục minh, phóng chư sanh mạng tán tạp sắc hoa, thiêu chúng danh hương. Bệnh đắc trừ dũ, chúng nạn giải thoát."

Nhĩ thời, A-nan vấn Cứu Thoát Bồ Tát ngôn: "Thiện nam tử! Vân hà dĩ tận chi mạng, nhi khả tăng ích?"

Cứu Thoát Bồ Tát ngôn: "Đại đức! Nhữ khởi bất văn Như Lai thuyết hữu cửu hoạnh tử da? Thị cố khuyến tạo tục mạng phan đăng, tu chư phước đức. Dĩ tu phước cố, tận kỳ thọ mạng, bất kinh khổ hoạn."

A-nan vấn ngôn: "Cửu hoạnh vân hà?"

Cứu Thoát Bồ Tát ngôn: "Nhược chư hữu tình đắc bệnh tuy khinh, nhiên vô y dược cập khán bệnh giả. Thiết phục ngộ y, thọ dĩ phi dược. Thật bất ưng tử, nhi tiện hoạnh tử. Hựu tín thế gian tà ma ngoại đạo. Yêu nghiệt chi sư vọng thuyết họa phước, tiện sanh khủng động, tâm bất tự chánh, bốc vấn mịch họa, sát chủng chủng chúng sanh, giải tấu thần minh, hô chư võng lượng, thỉnh khất phước hựu, dục kí diên niên, chung bất năng đắc.

"Ngu si mê hoặc, tín tà đảo kiến, toại linh hoạnh tử. Nhập ư địa ngục, vô hữu xuất kỳ. Thị danh sơ hoạnh.

"Nhị giả hoạnh bị vương pháp chi sở tru lục.

"Tam giả điền liệp hy hý, đam dâm thị tửu, phóng dật vô độ, hoạnh vi phi nhân đoạt kỳ tinh khí.

"Tứ giả hoạnh vi hỏa phần.

"Ngũ giả hoạnh vi thủy nịch.

"Lục giả hoạnh vi chủng chủng ác thú sở hám.

"Thất giả hoạnh đọa sơn nhai.

"Bát giả hoạnh vi độc dược, yếm đảo, chú trớ, khởi thi quỉ đẳng chi sở trúng hại.

"Cửu giả cơ khát sở khốn, bất đắc ẩm thực, nhi tiện hoạnh tử.

"Thị vi Như Lai lược thuyết hoạnh tử hữu thử cửu chủng. Kỳ dư phục hữu vô lượng chư hoạnh, nan khả cụ thuyết.

"Phục thứ, A-nan! Bỉ Diễm-ma vương chủ lãnh thế gian danh tịch chi ký. Nhược chư hữu tình bất hiếu ngũ nghịch, phá nhục Tam bảo, hoại quân thần pháp, hủy ư tín giới, Diễm-ma Pháp vương, tùy tội khinh trọng, khảo nhi phạt chi. Thị cố ngã kim khuyến chư hữu tình nhiên đăng tạo phan, phóng sanh tu phước, linh độ khổ ách, bất tao chúng nạn."

Nhĩ thời, chúng trung hữu Thập nhị Dược-xoa Đại tướng câu tại hội tọa. Sở vị: Cung-tỳ-la Đại tướng, Phạt-chiết-la Đại tướng, Mê-xí-la Đại tướng, An-để-la Đại tướng, Át-nễ-la Đại tướng, San-để-la Đại tướng, Nhân-đạt-la Đại tướng, Ba-di-la Đại tướng, Ma-hổ-la Đại tướng, Chân-đạt-la Đại tướng, Chiêu-đỗ-la Đại tướng, Tỳ-yết-la Đại tướng.

Thử thập nhị Dược-xoa Đại tướng, nhất nhất các hữu thất thiên Dược-xoa dĩ vi quyến thuộc, đồng thời cử thanh, bạch Phật ngôn: "Thế Tôn! Ngã đẳng kim giả mông Phật oai lực, đắc văn Thế Tôn Dược Sư Lưu Ly Quang Như Lai danh hiệu. Bất phục cánh hữu ác thú chi bố. Ngã đẳng tương suất, giai đồng nhất tâm, nãi chí tận hình, quy Phật, Pháp, Tăng. Thệ đương hà phụ nhất thiết hữu tình, vi tác nghĩa lợi, nhiêu ích an lạc. Tùy ư hà đẳng thôn thành quốc ấp, không nhàn lâm trung, nhược hữu lưu bố thử kinh, hoặc phục thọ trì Dược Sư Lưu Ly Quang Như Lai danh hiệu, cung kính cúng dường giả, ngã đẳng quyến thuộc vệ hộ thị nhân, giai sử giải thoát nhất thiết khổ nạn. Chư hữu nguyện cầu, tất linh mãn túc. Hoặc hữu tật ách cầu độ thoát giả, diệt ưng độc tụng thử kinh, dĩ ngũ sắc lũ, kết ngã danh tự, đắc như nguyện dĩ, nhiên hậu giải kết."

Nhĩ thời, Thế Tôn tán chư Dược-xoa Đại tướng ngôn: "Thiện tai! Thiện tai! Đại Dược-xoa tướng! Nhữ đẳng niệm báo Thế Tôn Dược Sư Lưu Ly Quang Như Lai ân đức giả, thường ưng như thị lợi ích an lạc nhất thiết hữu tình."

Nhĩ thời, A-nan bạch Phật ngôn: "Thế Tôn! Đương hà danh thử pháp môn? Ngã đẳng vân hà phụng trì?"

Phật cáo A-nan: "Thử pháp môn danh Thuyết Dược Sư Lưu Ly Quang Như Lai bản nguyện công đức. Diệc danh Thuyết Thập nhị Thần tướng nhiêu ích hữu tình kết nguyện thần chú. Diệc danh Bạt trừ nhất thiết nghiệp chướng. Ưng như thị trì."

Thời Bạc-già-phạm thuyết thị ngữ dĩ, chư Bồ Tát ma-ha-tát cập đại Thanh văn, quốc vương, đại thần, bà-la-môn, cư sĩ, thiên, long, dược-xoa, kiện-đạt-phược, a-tố-lạc, yết-lộ-trà, khẩn-nại-lạc, mạc-hô-lạc-già, nhân, phi nhân đẳng, nhất thiết đại chúng văn Phật sở thuyết, giai đại hoan hỷ, tín thọ phụng hành.

**Nam-mô Dược Sư Hội Thượng Phật Bồ Tát.** *(3 lần)*

## DƯỢC SƯ LƯU LY QUANG NHƯ LAI BẢN NGUYỆN CÔNG ĐỨC KINH

## CHUNG

*(Kinh văn đến đây là hết, phần nghi thức kết thúc và hồi hướng người tụng có thể tùy chọn, hoặc thực hành theo như dưới đây.)*

## DƯỢC SƯ QUÁN ĐẢNH CHÂN NGÔN

Nam-mô Bạc-già-phạt-đế, Bệ-sái-xã lũ-rô. Bệ-lưu-ly, Bát-lạt-bà, hát-ra-xà-giả. Đát-đà-yết-đa-da A ra-hát-đế. Tam miệu. Tam-bột-đà-da. Đát-điệt-tha. Án. Bệ-sái-thệ. Bệ-sái-thệ. Bệ-sái-xã. Tam-một-yết-đế, Tá-ha!

(3 lần)

## TÁN DƯỢC-XOA

Thập nhị Dược-xoa Đại tướng,
Trợ Phật tuyên dương.
Ngũ sắc thể lũ kết kỳ danh,
Tùy nguyện tất viên thành.
Oan nghiệp băng thanh,
Phước thọ vĩnh khương ninh.

## MA-HA BÁT-NHÃ BA-LA-MẬT-ĐA TÂM KINH

Quán Tự Tại Bồ Tát hành thâm Bát-nhã ba-la-mật-đa thời chiếu kiến ngũ uẩn giai không, độ nhất thiết khổ ách.

Xá-lợi tử! Sắc bất dị không, không bất dị sắc; sắc tức thị không, không tức thị sắc. Thọ, tưởng, hành, thức diệc phục như thị.

Xá-lợi tử! Thị chư pháp không tướng, bất sanh bất diệt, bất cấu bất tịnh, bất tăng bất giảm. Thị cố không trung vô sắc, vô thọ, tưởng, hành, thức; vô nhãn, nhĩ, tị, thiệt, thân, ý; vô sắc, thanh, hương, vị, xúc, pháp; vô nhãn giới, nãi chí vô ý thức giới; vô vô minh, diệc vô vô minh tận; nãi chí vô lão tử, diệc vô lão tử tận; vô khổ, tập, diệt, đạo; vô trí diệc vô đắc.

Dĩ vô sở đắc cố, Bồ-đề-tát-đỏa y Bát-nhã ba-la-mật-đa cố, tâm vô quái ngại, vô quái ngại cố, vô hữu khủng bố, viễn ly điên đảo mộng tưởng, cứu cánh Niết-bàn. Tam thế chư Phật y Bát-nhã ba-la-mật-đa cố, đắc A-nậu-đa-la Tam-miệu Tam-bồ-đề.

Cố tri Bát-nhã ba-la-mật-đa thị đại thần chú, thị đại minh chú, thị vô thượng chú, thị vô đẳng đẳng chú, năng trừ nhất thiết khổ, chân thật bất hư.

Cố thuyết Bát-nhã ba-la-mật-đa chú, tức thuyết chú viết:

Yết-đế, yết-đế, ba-la-yết-đế, ba-la-tăng-yết-đế, Bồ-đề tát-bà-ha. *(3 lần)*

## HỒI HƯỚNG

Phúng kinh công đức thù thắng hạnh,
Vô biên thắng phước giai hồi hướng.
Phổ nguyện pháp giới chư chúng sanh,
Tốc vãng vô lượng quang Phật sát.
Nguyện tiêu tam chướng, trừ phiền não,
Nguyện đắc trí huệ chân minh liễu.
Phổ nguyện tội chướng tất tiêu trừ,
Thế thế thường hành Bồ Tát đạo.
Nguyện sanh Tây phương, Tịnh độ trung,
Cửu phẩm liên hoa vi phụ mẫu.
Hoa khai kiến Phật ngộ vô sanh,
Bất thối Bồ Tát vi bạn lữ.

PHẦN DỊCH ÂM

Nguyện dĩ thử công đức,
Phổ cập ư nhất thiết,
Ngã đẳng dữ chúng sanh,
Giai cộng thành Phật đạo.

### TAM TỰ QUY Y

Tự quy Phật, đương nguyện chúng sanh, thể giải đại đạo, phát vô thượng tâm.

(1 lạy)

Tự quy y Pháp, đương nguyện chúng sanh, thâm nhập Kinh tạng, trí tuệ như hải.

(1 lạy)

Tự quy y Tăng, đương nguyện chúng sanh, thống lý đại chúng, nhất thiết vô ngại.

(1 lạy)

# PHẦN DỊCH NGHĨA

# KINH DƯỢC SƯ

## [KINH DƯỢC SƯ LƯU LY QUANG NHƯ LAI BẢN NGUYỆN CÔNG ĐỨC]

*(Đời nhà Đường, Tam Tạng Pháp Sư Huyền Trang vâng chiếu dịch)*

Tôi nghe như thế này:[1] Một lúc nọ, đức Thế Tôn[2] thuyết pháp giáo hóa qua các nước, đến thành

---

[1] Như thị ngã văn: Là phần xác tín được đặt ở đầu tất cả các kinh điển theo lời di giáo của đức Phật, để xác nhận rằng kinh này do chính đức Phật thuyết dạy và được các vị đệ tử ghi nhớ lại. Chữ "ngã" ở đây thường được hiểu là "tôi", tức là ngài A-nan, người nhắc lại kinh này; nhưng cũng có thể hiểu là "chúng tôi", tức là tất cả các vị tham gia vào việc kết tập kinh điển.

[2] Kinh văn dùng chữ Bạc-già-phạm, tiếng Phạn là **Bhagavān**, cũng đọc là Bà-già-bà, là một trong mười danh hiệu tôn xưng Phật, có nghĩa là Bậc cao quý nhất, Hán dịch là Thế Tôn. Chúng tôi dùng từ Thế Tôn để được phổ cập hơn. Trong suốt bản kinh này, ngài Huyền Trang dùng rất nhiều cách phiên âm mới hơn so với các bản kinh được dịch trước ngài. Để quen thuộc hơn với Phật tử Việt Nam, bất cứ khi nào có thể, chúng tôi sẽ dùng các từ phiên âm thường gặp hơn. Ví dụ: sông Hằng, thay vì sông Căng-già (Ganga).

Quảng Nghiêm,[1] ở dưới cội cây có tiếng nhạc,[2] với chúng đại tỳ-kheo[3] là tám ngàn vị, đại Bồ Tát là ba mươi sáu ngàn vị, cùng với các vị quốc vương, đại thần, bà-la-môn, cư sĩ, tám bộ chúng,[4] cả loài người và các loài chẳng phải người, với vô số đại chúng cung kính hầu quanh Phật để nghe thuyết pháp.

Lúc ấy, nương oai thần của Phật, ngài Pháp vương tử[5] Văn-

---

[1] Thành Quảng Nghiêm, tiếng Phạn là **Vaiśālī** (Tỳ-xá-ly), một kinh thành lớn ở Ấn Độ vào thời Phật Thích Ca ra đời, chính là nơi cư ngụ của cư sĩ Duy-ma-cật, vị Bồ Tát trong kinh Duy-ma-cật sở thuyết.

[2] Kinh văn là "nhạc âm thụ", nghĩa là khi gió thổi lùa qua các kẽ lá cây lớn phát ra âm thanh như tiếng nhạc.

[3] Bản Hán văn dùng Bật-sô, tiếng Phạn là **Bhikṣu**, thường gọi là tỳ-kheo hơn. Bật-sô hay tỳ-kheo đều là âm theo tiếng Phạn, chỉ vị tu sĩ xuất gia đã thọ đủ Đại giới. Các vị nữ tu thì gọi là bật-sô-ni hay tỳ-kheo ni. Dùng đại bật-sô cũng như đại tỳ-kheo, là chỉ cho các vị tăng đức hạnh, đã xuất gia tu tập lâu rồi.

[4] Thiên Long bát bộ: Tám bộ chúng sanh gồm các loài chẳng phải loài người: 1. Chư thiên, 2. Rồng, 3. Dạ-xoa (hay Dược-xoa), 4. Càn-thát-bà, 5. A-tu-la, 6.Ca-lầu-la, 7. Khẩn-na-la, 8. Ma-hầu-la-già.

[5] Pháp vương tử, là tiếng tôn xưng bậc Bồ Tát được xem như con Phật, bởi vì Phật được xưng là Pháp vương.

# PHẦN DỊCH ÂM

thù-sư-lợi[1] từ chỗ ngồi đứng dậy, vén tay áo trống bên vai phải, quỳ gối phải xuống chấm đất,[2] hướng về phía đức Thế Tôn mà cúi người, chắp tay bạch rằng: "Bạch Thế Tôn! Xin ngài diễn thuyết danh hiệu chư Phật cùng những nguyện lớn công đức thù thắng của các ngài để giúp cho người nghe được tiêu trừ nghiệp chướng, lại cũng giúp cho chúng hữu tình[3] đời Tượng pháp[4] sau này sẽ được an vui lợi ích."

---

[1] Bản Hán văn này ngài Huyền Trang dùng Mạn-thù-thất-lợi. Trong nhiều kinh khác thường đọc là Văn-thù-sư-lợi, đều do theo tiếng Phạn là **Mañjuśrī**. Chúng tôi dùng Văn-thù-sư-lợi vì danh hiệu này quen thuộc hơn.

[2] Đều là theo nghi lễ để tỏ lòng tôn kính đối với Phật.

[3] Hữu tình, cũng thường gọi là chúng sanh. Tiếng Phạn là **sattva** (tát-đỏa), Chỉ chung các loài có tình thức trong Ba cõi: Dục giới, Sắc giới và Vô sắc giới.

[4] Tượng pháp: Thời kỳ sau khi Chánh pháp do Phật truyền dạy đã bắt đầu có sự thay đổi, biến hóa, thường là do những kẻ tin theo tà kiến phá hoại dần. Vì thế, tuy vẫn còn người tin Phật, tu học Phật, nhưng không được bằng như trong thời Chánh pháp còn trụ thế. Sau khi Phật nhập diệt, giáo pháp phải dần dần trải qua ba thời kỳ: Chánh pháp, Tượng pháp và Mạt pháp. Đến thời Mạt pháp là lúc đạo pháp cực kỳ suy vi, dần dần đi đến chỗ mất hẳn.

Lúc ấy, đức Thế Tôn ngợi khen ngài Văn-thù-sư-lợi rằng: "Lành thay, lành thay! Văn-thù-sư-lợi! Ông đem lòng đại bi khuyến thỉnh ta diễn thuyết danh hiệu của chư Phật, cùng bản nguyện công đức của các ngài, nhờ đó mà trừ bỏ được nghiệp chướng lâu đời[1] của chúng hữu tình và làm an vui lợi ích chúng sanh thời tượng pháp về sau. Nay ông hãy lắng nghe và hết sức chú tâm suy xét, ta sẽ vì ông mà giảng nói."

Văn-thù-sư-lợi bạch Phật: "Xin Thế Tôn giảng nói, chúng con rất vui mừng được nghe."

Phật dạy Văn-thù-sư-lợi: "Về phương đông, cách đây vô số cõi Phật nhiều như số cát sông Hằng,[2]

---

[1] Kinh văn là "nghiệp chướng sở triền", nghĩa là nghiệp chướng quấn chặt, bám theo, vì vậy nói là lâu đời.

[2] Bản Hán văn dùng Căng-già, do đọc theo từ tiếng Phạn là Ganga, tức là Hằng Hà. Chúng tôi dùng sông Hằng, vốn là tên gọi quen thuộc hơn.

có một thế giới tên là Tịnh Lưu Ly. Đức Phật ở cõi ấy hiệu là Dược Sư Lưu Ly Quang Như Lai, Ứng cúng, Chánh đẳng giác, Minh hạnh viên mãn, Thiện thệ, Thế gian giải, Vô thượng sĩ điều ngự trượng phu, Thiên nhân sư, Phật, Bạc-già-phạm.[1]

"Văn-thù-sư-lợi! Đức Thế Tôn Dược Sư Lưu Ly Quang Như Lai khi còn hành đạo Bồ Tát có phát mười hai lời nguyện lớn, khiến cho chúng hữu tình cầu gì được nấy.

"Nguyện lớn thứ nhất là: Nguyện về sau khi ta thành Phật,[2] từ nơi thân thể hào quang rực rỡ

---

[1] Mười hiệu tôn xưng chư Phật này, theo lối dịch cũ trước ngài Huyền Trang là: Như Lai, Ứng cúng, Chánh biến tri, Minh hạnh túc, Thiện thệ, Thế gian giải, Vô thượng sĩ điều ngự trượng phu, Thiên nhân sư, Phật, Thế Tôn.

[2] Kinh văn là "đắc A-nậu-đa-la Tam-miệu Tam-bồ-đề", là cách nói đủ, các đoạn sau lại dùng "đắc Bồ-đề" là cách nói lược, đều có nghĩa là Vô thượng Chánh đẳng Chánh giác, tức là quả Phật. Chúng tôi đều dịch là "thành Phật" cho nhất quán.

chiếu sáng vô lượng, vô số, vô biên các cõi thế giới. Ta sẽ dùng ba mươi hai tướng tốt và tám mươi vẻ đẹp mà trang nghiêm thân thể, khiến cho hết thảy hữu tình đều được thân thể như ta không khác.

"Nguyện lớn thứ hai là: Nguyện về sau khi ta thành Phật thì thân thể như ngọc lưu ly, sáng suốt cả trong ngoài, không chút tỳ vết, chiếu sáng rộng khắp, công đức to lớn. Thân thể khéo an trụ, ánh sáng trang nghiêm bao quanh, hơn cả mặt trời, mặt trăng. Các chúng sanh trong cõi u tối sẽ được mở mang chỉ bảo, rồi tùy theo chí hướng mà thành tựu sự nghiệp.

"Nguyện lớn thứ ba là: Nguyện về sau khi ta thành Phật, ta sẽ dùng vô lượng vô biên phương tiện trí huệ mà làm cho chúng hữu tình đều được đầy đủ vật dụng chẳng bao giờ hết, không để cho chúng sanh phải có chỗ thiếu thốn.

"Nguyện lớn thứ tư là: Nguyện về sau khi ta thành Phật, nếu có những hữu tình tu tập theo tà đạo, ta sẽ khiến cho họ trụ yên trong đạo Bồ-đề, còn nếu có những kẻ tu theo Thanh văn thừa hoặc Độc giác thừa, ta sẽ khiến cho đều vững tin vào Đại thừa.

"Nguyện lớn thứ năm là: Nguyện về sau khi ta thành Phật, nếu có vô lượng vô biên những hữu tình theo lời dạy của ta mà tu hành, nghiêm giữ phạm hạnh,[1] ta sẽ khiến cho tất cả đều được giới hạnh chẳng thiếu sót, trọn vẹn Ba nhóm giới.[2] Như có người phạm

---

[1] Phạm hạnh, tiếng Phạn là **brahmacarya**, chỉ hạnh tu thanh tịnh của người xuất gia đoạn tuyệt hẳn việc dâm dục.

[2] Ba nhóm giới (Tam tụ giới). Bao gồm: 1. Nhiếp luật nghi giới: Giới cấm của người tu tại gia hoặc xuất gia. 2. Nhiếp thiện pháp giới: tu học các pháp lành. 3. Nhiêu ích chúng sanh giới: làm lợi ích cho tất cả chúng sanh. Ba nhóm giới

vào giới luật, nghe danh hiệu ta rồi liền được trong sạch như khi chưa phạm giới, không phải đọa vào các nẻo ác.[1]

"Nguyện lớn thứ sáu là: Nguyện về sau khi ta thành Phật, nếu có những hữu tình thân thể hèn yếu, các căn chẳng đủ,[2] xấu xa, ngu ngốc, đui điếc, câm ngọng, què cụt, lưng khòm, ghẻ lác, điên cuồng... đủ các thứ bệnh khổ, khi nghe được danh hiệu ta rồi, hết thảy đều trở nên đoan chánh, sáng suốt, các căn trọn đủ, không còn bệnh tật khổ não.

"Nguyện lớn thứ bảy là: Nguyện về sau khi ta thành Phật, nếu có

---

này được thể hiện qua các câu: Chư ác mạc tác, chúng thiện phụng hành, phổ cứu nhứt thiết chúng sanh. (Không làm các điều ác, tu các hạnh lành, cứu giúp hết thảy chúng sanh.)

[1] Ác thú: Là các cảnh địa ngục, ngạ quỷ, súc sanh. Cũng gọi là Tam ác đạo.

[2] Chư căn bất cụ: Tức là không có đủ sáu căn: mắt, tai, mũi, lưỡi, thân, ý.

những hữu tình bị nhiều bệnh hiểm nghèo, không người cứu giúp, không chỗ nương về, không thầy, không thuốc, không thân thích, nhà cửa, nghèo túng, chịu nhiều khổ não, khi nghe được danh hiệu ta một lần, thì bệnh tật dứt hết, thân tâm vui vẻ, yên ổn; nhà cửa, thân thuộc, tiền của đầy đủ, mọi thứ đều dồi dào, dư dả, cho đến [về sau] được chứng quả Phật.

"Nguyện lớn thứ tám: Nguyện về sau khi ta thành Phật, nếu có những người nữ vì mang thân nữ mà bị cả trăm việc xấu làm cho bức bách, khổ não, hết sức chán ngán nên nguyện được bỏ thân nữ. Những người ấy nghe được danh hiệu ta rồi, hết thảy đều được chuyển thân nữ thành thân nam, đủ các tướng trượng phu, cho đến [về sau] được chứng quả Phật.

"Nguyện lớn thứ chín: Nguyện về sau khi ta thành Phật, sẽ khiến cho các hữu tình thoát khỏi lưới ma bao phủ, giải thoát hết thảy trói buộc của ngoại đạo. Nếu như bị sa vào rất nhiều những chỗ ác kiến dày đặc như khu rừng rậm, ta sẽ dắt dẫn, đưa đến chánh kiến, khiến cho dần dần tu tập các hạnh Bồ Tát và mau chứng quả Phật.

"Nguyện lớn thứ mười: Nguyện về sau khi ta thành Phật, nếu có những hữu tình phạm vào luật nước, bị trói buộc, đánh đập, xiềng xích nơi lao ngục; hoặc sẽ bị chém chết, hay bị vô số những tai nạn lăng nhục, sầu thảm bức bách, thân tâm khổ sở. Nếu nghe được danh hiệu ta, nhờ sức oai thần do phước đức của ta, hết thảy đều được thoát khỏi mọi sầu ưu khổ não.

"Nguyện lớn thứ mười một: Nguyện về sau khi ta thành Phật, nếu có những hữu tình chịu khổ sở vì đói khát; vì cầu được miếng ăn mà tạo các nghiệp dữ. Nghe được danh hiệu ta mà hết lòng trì niệm, trước tiên ta sẽ dùng các món ăn ngon nhất mà cho ăn uống no đủ; rồi sau mới dùng chánh pháp mà giáo hóa, khiến cho được sự yên vui bền vững.

"Nguyện lớn thứ mười hai: Nguyện về sau khi ta thành Phật, nếu có những hữu tình nghèo hèn không có quần áo; ngày đêm chịu khổ sở vì nóng, vì rét, vì muỗi mòng. Nếu nghe danh hiệu ta mà chuyên niệm thọ trì, tùy theo chỗ ưa thích mà sẽ được mọi thứ y phục tốt đẹp nhất, cũng như đầy đủ hết thảy các món báu để trang sức, cùng với những vòng hoa, hương phết và các thứ âm nhạc. Tùy chỗ ưa thích trong lòng, ta đều khiến cho được đầy đủ.

"Văn-thù-sư-lợi! Đó là mười hai lời nguyện cao quý, vi diệu mà đức Thế Tôn Dược Sư Lưu Ly Quang Như Lai, Ứng cúng, Chánh đẳng giác... đã phát khởi khi còn tu tập đạo Bồ Tát.

"Lại nữa, Văn-thù-sư-lợi! Những nguyện lớn mà đức Thế Tôn Dược Sư Lưu Ly Quang Như Lai ấy đã phát khởi khi còn tu tập đạo Bồ Tát, và những công đức trang nghiêm nơi cõi Phật của ngài, dù trong suốt một kiếp hay hơn một kiếp, ta cũng chẳng thể nói hết. Cõi Phật của ngài hoàn toàn trong sạch, không có người nữ, cũng không có những nẻo ác và âm thanh khổ. Đất đai bằng ngọc lưu ly, có dây bằng vàng giăng ra ngăn thành lối đi.

Thành quách, cung điện, nhà cửa, màn lưới... đều do bảy món báu tạo thành, cũng như công đức trang nghiêm ở thế giới Cực Lạc phương tây của Phật A-di-đà, chẳng hề sai khác.

"Nơi cõi Phật ấy có hai vị đại Bồ Tát. Vị thứ nhất tên là Nhật Quang Biến Chiếu. Vị thứ hai tên là Nguyệt Quang Biến Chiếu. Đó là hai vị đứng đầu trong đại chúng vô số Bồ Tát nơi đó. Các ngài chỉ còn một lần thọ sanh nữa là thành Phật, có thể truyền giữ kho báu Chánh Pháp của đức Thế Tôn Dược Sư Lưu Ly Quang Như Lai.

"Văn-thù-sư-lợi! Vì vậy những kẻ nam người nữ có lòng tin, nên phát nguyện sanh về thế giới của đức Phật ấy."

Lúc ấy, Thế Tôn lại bảo ngài Văn-thù-sư-lợi rằng: "Văn-thù-sư-lợi! Có những chúng sanh chẳng biết lành dữ, chỉ ôm ấp tánh tham lam keo lận, chẳng biết đến bố thí và phước báo của việc bố thí; ngu si không có trí huệ, thiếu mất lòng tin, thường gom góp tiền bạc, của quý, chăm chăm giữ lấy; thấy người đến xin họ chẳng vui lòng. Như gặp lúc bất đắc dĩ mà phải cho, thì tiếc rẻ như phải cắt xẻo da thịt trong thân thể, đau đớn thương tiếc.

"Lại có vô số những người tham lam keo lận, tích trữ tiền bạc của cải, tự mình chẳng dám tiêu dùng, nói gì đến việc mang cho cha mẹ, vợ con, tôi tớ, người giúp việc hoặc kẻ đến xin? Những người ấy, khi bỏ mạng ở cảnh này thì sanh nơi cảnh giới ngạ quỷ, hoặc trong nẻo súc sanh.[1] Do thuở còn làm người

---

[1] Ngài Huyền Trang dùng trong Hán văn là "bàng sanh thú", cũng tức là từ "súc sanh" thường dùng trong các bản dịch khác trước ngài. Vì là những loài sanh sống bên cạnh loài

được thoáng nghe qua danh hiệu đức Dược Sư Lưu Ly Quang Như Lai, nên nay sanh trong nẻo ác, họ bèn nhớ lại.

"Ngay khi nhớ tưởng đến, liền được bỏ thân nơi nẻo ác, sanh trong loài người, lại nhớ được đời trước của mình, lấy làm ghê sợ sự khổ nơi nẻo ác nên không còn ưa thích dục lạc, chuộng làm việc bố thí, giúp người, khen ngợi những người bố thí. Họ chẳng còn tham tiếc tất cả những thứ mình sở hữu. Dần dần, họ có thể lấy cả đầu, mắt, tay chân, máu thịt, thân thể mà cho những kẻ đến xin, huống chi là những tài vật khác?

"Lại nữa, Văn-thù-sư-lợi! Nếu có những người tuy được học đạo với đức Như Lai, nhưng phạm vào

---

người nên gọi là bàng sanh, kỳ thật cũng như gọi là súc sanh, không khác.

các giới cấm;¹ hoặc chẳng phạm giới, nhưng phạm vào quỹ tắc;² hoặc chẳng phạm giới và quỹ tắc, nhưng hủy phạm chánh kiến;³ hoặc chẳng hủy phạm chánh kiến, nhưng chẳng được nghe biết nhiều, chỗ Phật thuyết những nghĩa sâu trong kinh điển⁴ đều không thể hiểu rõ. Hoặc tuy nghe biết nhiều, nhưng sanh ra kiêu mạn thái quá.⁵ Do kiêu mạn thái quá che lấp cả tâm tánh nên bao giờ cũng cho mình là đúng, người khác là sai,

---

¹ Hán văn là "phá Thi-la". Thi-la là đọc theo tiếng Phạn **Sila**, Hán dịch là "thanh lương", nghĩa là làm cho được mát mẻ, hàm ý dập tắt lửa dục thiêu đốt. Cũng dịch là "giới", tức là các giới cấm. Vì thọ trì các giới cấm có thể giúp người dập tắt lửa dục, nên gọi là "thanh lương".

² Những điều quy định để sống chung hòa hợp trong Tăng-già.

³ Hay nói cách khác là rơi vào tà kiến.

⁴ Bản chữ Hán dùng Khế kinh. Kinh điển Phật thuyết đều khế hợp với căn cơ của các hạng chúng sanh, nên gọi là Khế kinh, tiếng Phạn là Sutra, thường gọi chung là Kinh điển.

⁵ Kiêu mạn thái quá (tăng thượng mạn): như tự mình mê tối mà cho là sáng suốt, tự mình chưa chứng đắc, nghĩ rằng đã chứng đắc. Vì thế mà khinh mạn hết thảy mọi người, tự đề cao mình lên thái quá.

chê ghét chánh pháp, làm bạn với ma. Những kẻ ngu si như vậy chẳng những tự mình đi theo tà kiến, còn làm cho vô số người khác phải đọa vào hố sâu hiểm ác.

"Những người ấy tội đáng phải lưu chuyển mãi mãi trong các cõi địa ngục, súc sanh, ngạ quỷ. Nhưng nếu được nghe danh hiệu đức Dược Sư Lưu Ly Quang Như Lai, liền bỏ các điều ác, tu các pháp lành, chẳng đọa vào các nẻo ác.

"Ví như họ chẳng bỏ được các điều ác mà tu các pháp lành, nên phải đọa vào các nẻo ác, nhưng nhờ oai lực bản nguyện của đức Như Lai, khiến cho khi ấy được thoáng nghe qua danh hiệu của Ngài, đến lúc mạng chung trong nẻo ác, liền sanh trở lại làm người, được chánh kiến, tinh tấn, khéo điều hòa tâm ý vui vẻ, liền có thể lìa bỏ gia đình, hướng về đời sống xuất gia, ở trong giáo pháp Như Lai thọ trì tu học, không hề hủy phạm chánh kiến, nghe rộng biết nhiều, hiểu được nghĩa sâu kín, lìa bỏ tâm kiêu mạn, chẳng chê bai Chánh pháp, chẳng làm bạn với ma. Dần dần tu tập và làm theo các hạnh Bồ Tát, mau chóng được thành tựu trọn vẹn.

"Lại nữa, Văn-thù-sư-lợi! Nếu những người có tâm tham lam tật đố, khen mình chê người, tội đáng đọa trong vào ba nẻo ác đến vô lượng ngàn năm, gánh chịu các khổ não nặng nề, cho đến khi mạng chung từ nẻo ác, rồi sanh lại cõi thế gian mà làm bò, ngựa, lạc đà, lừa... thường bị đòn roi đánh đập, đói khát khổ sở, lại phải thường chở đồ vật nặng nề mà đi trên đường. Nếu được làm người, phải sanh vào nơi hạ tiện, làm tôi tớ người khác, bị sai khiến phục dịch nặng nề, thường chẳng được tự do theo ý mình.

"Nếu như thuở trước khi làm người từng được nghe danh hiệu đức Thế Tôn Dược Sư Lưu Ly Quang Như Lai, do nhân lành ấy nay tưởng nhớ đến, chí tâm qui y. Nhờ sức thần của Phật liền thoát hết mọi khổ não, các căn đều nhanh nhạy, không ngăn ngại, lại được trí huệ, nghe nhiều biết rộng, thường cầu giáo pháp cao trổi, thường gặp bạn lành, mãi mãi đoạn tuyệt những quyến thuộc của ma, phá vỡ vỏ bọc vô minh, làm khô nước sông phiền não, giải thoát hết thảy mọi nỗi khổ não sanh, già, bệnh, chết.

"Lại nữa, Văn-thù-sư-lợi! Nếu có những người ưa thích gây việc ngang trái chia lìa, lại hay tranh chấp kiện tụng, gây não loạn cho mình và người khác; dùng thân, miệng, ý mà tăng trưởng mọi thứ nghiệp dữ; từ lâu thường làm những việc chẳng chút lợi ích, mưu hại lẫn nhau; cầu đảo các vị thần núi, thần rừng, thần cây cối, thần đất đai; giết hại chúng sanh để lấy máu thịt mà tế tự các loài dược-xoa, la-sát-bà...[1] viết tên kẻ oán thù, làm hình tượng kẻ ấy, rồi trù ẻo bằng chú thuật ác độc; dùng sâu độc ếm hại người khác; đọc chú thuật gọi thây ma dậy, sai khiến đi hại mạng, làm tổn hại thân thể kẻ khác. Những người ấy, nếu được nghe danh hiệu của đức Dược Sư Lưu Ly Quang Như Lai rồi thì những việc ác kia không thể làm hại được, hết thảy đều dần dần phát khởi lòng lành, muốn làm

---

[1] Dược-xoa: Các bản dịch khác dùng dạ-xoa, đều là đọc từ tiếng Phạn **yakṣa**. La-sát-bà (**rākṣasa**), trước đây đọc là la-sát, giống cái gọi là La-sát-tư (**rākṣasī**).

# PHẦN DỊCH ÂM

những việc lợi ích an lạc, không có ý não hại, không ôm lòng oán hận. Ai nấy đều vui vẻ. Tùy theo chỗ có được đều tự thấy vui đủ, chẳng xâm hại lẫn nhau, lại còn làm lợi ích cho nhau.

"Lại nữa, Văn-thù-sư-lợi! Nếu trong số bốn chúng: tỳ-kheo, tỳ-kheo ni, ưu-bà-tắc, ưu-bà-di[1] cùng những người có lòng tin trong sạch, những kẻ nam người nữ lòng lành, có những người thường thọ trì được Tám phần trai giới[2] qua một năm,

---

[1] Ngài Huyền Trang dùng các từ Bật-xô, Bật-xô-ni, Ô-ba-sách-ca, Ô-ba-ti-ca để chỉ cho 4 chúng đệ tử Phật. Chúng tôi chọn dùng các cách viết tỳ-kheo, tỳ-kheo ni, ưu-bà-tắc, ưu-bà-di vì thấy quen thuộc với đa số hơn. Đây là hàng tăng sĩ xuất gia nam, nữ (tỳ-kheo, tỳ-kheo ni) và 2 chúng cư sĩ nam, nữ tu tại gia (ưu-bà-tắc, ưu-bà-di).

[2] Tám phần trai giới (Bát phần trai giới), cũng gọi là Bát quan trai giới, là 8 điều giới hạnh dành cho cả người xuất gia lẫn tại gia, có thể tùy ý phát nguyện thọ trì. Tám điều ấy là: 1. Không sát sanh, 2. Không trộm cướp, 3. Không dâm dục, 4. Không nói dối. 5. Không uống rượu. 6. Không ngồi nằm trên giường ghế cao rộng. 7. Không dùng các loại hoa hương phấn sáp để làm đẹp. 8. Không xem, nghe các loại ca hát kỹ nhạc. Ngoài ra, người thọ giới còn phải ăn chay và không ăn quá giờ ngọ.

hoặc lại qua ba tháng thọ trì học tập giáo pháp. Do những căn lành ấy, liền nguyện được sanh ở thế giới Cực Lạc phương Tây của Phật Vô Lượng Thọ.[1] Tuy được nghe Chánh pháp nhưng tâm trí thật chưa quyết định. Nếu nghe danh hiệu của đức Thế Tôn Dược Sư Lưu Ly Quang Như Lai, lúc mạng chung liền có tám vị đại Bồ Tát là: Bồ Tát Văn-thù-sư-lợi, Bồ Tát Quán Thế Âm, Bồ Tát Đắc Đại Thế, Bồ Tát Vô Tận Ý, Bồ Tát Bảo Đàn Hoa, Bồ Tát Dược Vương, Bồ Tát Dược Thượng, Bồ Tát Di-lặc. Tám vị đại Bồ Tát này từ không trung mà đến, chỉ rõ đường đi cho kẻ vừa mạng chung ấy. Liền đó, tự nhiên được hóa sanh từ giữa những đóa hoa quý đủ màu nơi thế giới kia.

"Hoặc lại có người do nhân

---

[1] Phật Vô Lượng Thọ, tức là Phật A-di-đà.

duyên như vậy được sanh lên cõi trời. Tuy sanh nơi cõi trời, nhưng căn lành từ trước chưa hết, không phải đọa sanh trong các nẻo ác. Khi hết tuổi thọ nơi cõi trời, sanh trở lại nhân gian. Hoặc làm bậc Luân Vương thống lãnh bốn châu, oai đức tự tại, giúp cho vô lượng trăm ngàn người được vững trụ yên ổn nơi mười điều lành;[1] hoặc sanh trong các nhà danh giá thuộc dòng sát-đế-ly, bà-la-môn, cư sĩ, giàu có sung túc, kho lẫm tràn đầy, lại được hình tướng đoan chánh, quyến thuộc đầy đủ, thông minh

---

[1] Mười điều lành (Thập thiện đạo), cũng gọi là Thập thiện, ngược lại với mười điều ác (Thập ác). Thập thiện là: 1. Không giết hại, thường tha thứ, phóng sanh. 2. Không trộm cắp, thường làm việc bố thí. 3. Không tà dâm, thường giữ phạm hạnh. 4. Không nói láo, thường nói lời chân thật. 5. Không nói lời thêu dệt, thô tục, thường nói lời có đạo nghĩa, có lợi ích. 6. Không nói lời công kích, phải nói hòa hợp, 7. Không nói lời độc ác, mắng chưởi, phải nói hiền lành, 8 Không tham lam, thường quán xét mọi vật là giả dối, vô thường, 9. Không oán giận, thường hành từ bi nhẫn nhục. 10. Không si mê tà kiến, thường tu tập trí tuệ sáng suốt, chánh kiến.

trí huệ, mạnh mẽ oai dũng như đại lực sĩ.

"Nếu có người nữ nghe danh hiệu đức Thế Tôn Dược Sư Lưu Ly Quang Như Lai, hết lòng thọ trì, về sau chẳng còn phải sanh làm thân nữ.

"Lại nữa, Văn-thù-sư-lợi! Khi đức Dược Sư Lưu Ly Quang Như Lai thành Phật, do nơi nguyện lực từ trước nên quán sát thấy những chúng sanh gặp nhiều bệnh khổ, gầy ốm xanh xao hoặc nóng bức, vàng da... Hoặc bị trù ếm, trúng phải sâu độc, hoặc chết yểu, hoặc chết bất đắc kỳ tử... Vì muốn giúp cho chúng sanh trừ các bệnh khổ, chỗ mong cầu được trọn đủ, nên đức Thế Tôn ấy nhập vào phép định[1] gọi là Trừ diệt hết thảy khổ

---

[1] Bản Hán văn dùng Tam-ma-địa, thường đọc là Tam-muội hơn, đều do theo tiếng Phạn là **Samādhi**, Hán dịch là Định, tức là phép tu khi hành giả nhập vào thì tập trung hoàn toàn tâm trí, không bị chi phối bởi ngoại cảnh.

não của chúng sanh. Ngài vào phép định ấy rồi, từ nơi nhục kế[1] liền phóng ra ánh hào quang chói sáng. Trong hào quang vang ra tiếng diễn thuyết đại thần chú:[2]

"Nam-mô Bạc-già-phạt-đế, Bệ-sái-xã lũ-rô. Bệ-lưu-ly, Bát-lạt-bà, hát-ra-xà-giả. Đát-đà-yết-đa-da A ra-hát-đế. Tam miệu. Tam-bột-đà-da. Đát-điệt-tha. Án. Bệ-sái-thệ. Bệ-sái-thệ. Bệ-sái-xã. Tam-một-yết-đế, Tá-ha!"

"Lúc ấy, từ trong hào quang thuyết ra thần chú rồi, khắp mặt đất liền chấn động, phóng ánh sáng chói lòa. Hết thảy bệnh khổ của chúng sanh đều dứt trừ, được hưởng sự vui vẻ, yên ổn.

---

[1] Chỗ đỉnh cao trên đầu một vị Phật. Đây là một trong 32 tướng tốt của Phật.

[2] Bản Hán văn dùng Đại đà-la-ni. Đà-la-ni là đọc theo tiếng Phạn **Dhāraṇī**, Hán dịch là Chân ngôn, hay Thần chú. Đó là những câu linh ngữ có sức mạnh thần bí nhờ vào sự gia trì của chư Phật hoặc các vị thần.

"Văn-thù-sư-lợi! Nếu thấy có kẻ nam người nữ nào thân mang bệnh khổ, nên hết lòng vì người bệnh ấy mà súc miệng chải răng, đối trước những thức ăn, thuốc uống hoặc nước sạch không có trùng mà trì tụng thần chú ấy một trăm lẻ tám lần, rồi mang cho người bệnh ăn uống. Bệnh khổ của người ấy hết thảy đều tiêu diệt.

"Người có điều mong cầu nên hết lòng tụng niệm thần chú ấy, đều được thỏa mãn, lại được không bệnh tật và thêm tuổi thọ. Khi mạng chung, được sanh về cõi Phật Dược Sư, được địa vị Bất thối chuyển,[1] cho đến đắc quả Bồ-đề.

"Văn-thù-sư-lợi! Vì vậy, nếu có kẻ nam người nữ nào hết lòng trân trọng nhớ ơn, cung kính cúng

---

[1] Tiếng Phạn là **Avaivartika** (A-bệ-bạt-trí), Hán dịch là Bất thối chuyển, là địa vị Bồ Tát chẳng còn thối tâm, ngày càng đến gần với quả Phật.

## PHẦN DỊCH ÂM

dường đức Dược Sư Lưu Ly Quang Như Lai, nên thường trì tụng thần chú ấy, đừng để dứt mất.

"Lại nữa, Văn-thù-sư-lợi! Nếu có những kẻ nam người nữ lòng tin trong sạch, được nghe danh hiệu đức Dược Sư Lưu Ly Quang Như Lai, Ứng cúng, Chánh đẳng giác... Nghe rồi liền trì tụng: mỗi buổi sáng đều chải răng, súc miệng sạch sẽ, dùng hương hoa, hương đốt, hương phết, trổi các thứ âm nhạc, cúng dường hình tượng Phật; lại dùng kinh điển này, hoặc tự sao chép hoặc bảo người khác sao chép, hết lòng thọ trì, nghe rõ nghĩa lý trong kinh. Đối với vị pháp sư ấy, nên cúng dường hết thảy những món cần dùng cho thân thể, đừng để thiếu thốn. Như vậy sẽ được chư Phật hộ niệm, những điều mong cầu đều được thỏa mãn, cho đến được đắc quả Bồ-đề."

Lúc ấy, ngài Văn-thù-sư-lợi bạch Phật: "Bạch Thế Tôn! Con nguyện rằng đến thời tượng pháp, con sẽ dùng mọi phương tiện để giúp cho những kẻ nam người nữ có lòng tin trong sạch đều được nghe danh hiệu đức Thế Tôn Dược Sư Lưu Ly Quang Như Lai, cho đến trong giấc ngủ cũng đọc danh hiệu Phật cho họ nghe biết vào tai.

"Bạch Thế Tôn! Nếu có những ai thọ trì, đọc tụng kinh này, hoặc mang ra diễn thuyết, chỉ bảo cho người khác. Hoặc tự sao chép, hoặc bảo người khác sao chép, cung kính tôn trọng, dùng các thứ hương hoa, hương phết, hương bột, hương đốt, vòng hoa, chuỗi ngọc, tàn che, lọng phủ, các thứ âm nhạc mà cúng dường kinh này. Lại dùng hàng lụa năm màu làm bao túi để đựng kinh. Dọn rửa sạch sẽ nơi yên tịnh, thiết đặt tòa cao để đặt kinh lên đó. Bấy giờ, bốn vị Đại Thiên vương cùng với quyến thuộc và vô lượng trăm ngàn Thiên chúng sẽ cùng đến nơi ấy cúng dường, gìn giữ hộ trì.

"Thế Tôn! Nếu kinh quý này lưu hành ở đâu, có người thường thọ trì, do nơi công đức bản nguyện của đức Thế Tôn Dược Sư Lưu Ly Quang Như Lai và việc được nghe danh hiệu ngài, nên biết rằng nơi ấy không có việc chết bất đắc kỳ tử, cũng không có việc quỷ dữ đoạt lấy tinh khí của người. Ví như đã bị đoạt mất rồi, liền trả lại như cũ, thân tâm được an lạc."

Phật bảo Văn-thù-sư-lợi: "Đúng vậy, đúng vậy! Đúng như ông vừa nói đó.

"Văn-thù-sư-lợi! Nếu những kẻ nam người nữ hiền lành có lòng tin trong sạch, muốn cúng dường đức Thế Tôn Dược Sư Lưu Ly Quang Như Lai, trước hết nên tạo lập hình tượng, thiết tòa thanh tịnh mà đặt lên yên ổn. Rồi rải nhiều loại hoa, đốt nhiều loại hương, dùng nhiều thứ cờ, phướn mà trang nghiêm chỗ ấy. Trong bảy ngày bảy đêm, thọ tám phần trai giới, chỉ dùng những món ăn trong sạch. Tắm rửa sạch sẽ, thay quần áo sạch, phát tâm trong sạch không chút cấu nhiễm, uế trược, sân hận, độc hại; đối với hết thảy hữu tình phát khởi tâm bình đẳng, từ, bi, hỷ, xả, an lạc, lợi ích. Rồi trỗi âm nhạc, ca tán, đi quanh hình tượng Phật theo hướng bên phải.[1] Lại nên nghĩ nhớ đến công đức bản nguyện của đức Như Lai ấy, đọc tụng kinh này,

---

[1] "Hữu nhiễu Phật tượng", đi chậm rãi, trang nghiêm theo vòng tròn quanh tượng Phật theo chiều bên phải. Đây là nghi thức để tỏ lòng tôn kính. Có khi cũng gọi nghi thức này là "hành đạo".

suy xét nghĩa kinh, diễn thuyết, chỉ bảo cho người khác. Như vậy thì chỗ mong cầu đều được toại nguyện. Như cầu sống lâu ắt được sống lâu, cầu giàu có sẽ được giàu có, cầu quan chức ắt được quan chức, hoặc muốn cầu con trai, con gái, thảy đều như nguyện.

"Lại như có người gặp cơn ác mộng, thấy các tướng dữ ghê sợ, hoặc những loài chim quái dị bay đến tụ tập; hoặc nơi chỗ ở có hàng trăm việc kỳ quái xuất hiện. Nếu người ấy biết đem những món quí đẹp mà cung kính cúng dường đức Thế Tôn Dược Sư Lưu Ly Quang Như Lai, thì các tướng dữ, ác mộng, những điềm chẳng lành, thảy đều tự mất, không thể làm tổn hại.

"Hoặc gặp những nạn dữ như nước, lửa, dao độc, đi qua đường hiểm, voi dữ, sư tử, cọp, sói, gấu đen, gấu trắng, rắn rết độc, bò cạp, muỗi mòng... gây ra khiếp sợ. Nếu có thể hết lòng tưởng nhớ đức Phật ấy, cung kính cúng dường, liền được giải thoát hết thảy nạn dữ.

"Hoặc gặp khi nước khác xâm lấn, trộm cướp, giặc loạn, cung kính nghĩ nhớ đến Ngài, đều được giải thoát khỏi các nạn ấy.

"Lại nữa, Văn-thù-sư-lợi! Nếu những kẻ nam người nữ có lòng tin trong sạch, cho đến trọn đời chẳng phụng sự thiên thần nào cả, chỉ một lòng qui y nơi Phật, Pháp, Tăng, thọ trì giới cấm, hoặc Năm giới, hoặc Mười giới, hoặc Bốn trăm giới Bồ Tát, hoặc Hai trăm năm mươi giới tỳ-kheo, hoặc Năm trăm giới tỳ-kheo ni. Trong khi thọ giới, như có chỗ hủy phạm, sợ đọa vào nẻo ác, nếu biết chuyên tâm niệm danh hiệu Phật Dược Sư Lưu Ly Quang Như Lai, cung kính cúng dường, nhất định chẳng phải sanh vào Ba nẻo ác.

"Hoặc có người nữ khi sanh con, chịu đau đớn khổ sở cùng cực. Nếu có thể chí tâm xưng niệm danh hiệu, tán lễ, cung kính cúng dường đức Như Lai ấy, thì các sự đau đớn khổ sở đều trừ dứt. Khi sanh con ra thân thể đầy đủ, hình sắc đoan chánh, ai thấy cũng vui mừng, lại được thông minh lanh lợi, an ổn ít bệnh, không bị loài phi nhân[1] đoạt mất tinh khí."

Lúc ấy, đức Thế Tôn bảo A-nan rằng: "Nay ta xưng tán, khen ngợi những công đức của đức Thế Tôn Dược Sư Lưu Ly Quang Như Lai, chính là chỗ hành vi rất sâu xa của

---

[1] Phi nhân: các chúng sanh chẳng phải thuộc loài người. Ở đây muốn nói đến các loài quỷ dữ, hung thần, thường nhân những lúc thuận tiện mà hại người.

chư Phật, khó hiểu thấu được. Ông có tin được chăng?"

A-nan bạch rằng: "Bạch đấng Thế Tôn đức độ cao vời, đối với các kinh điển mà Như Lai thuyết, con chẳng hề sanh lòng nghi hoặc. Vì sao vậy? Tất cả nghiệp thân, miệng, ý của đức Như Lai, không có gì là không thanh tịnh.

"Thế Tôn! Hai vầng nhật nguyệt kia có thể làm cho rơi rụng xuống. Núi chúa Diệu Cao[1] có thể làm cho nghiêng ngã.[2] Nhưng những lời chư Phật dạy không hề sai khác.

"Thế Tôn! Có những chúng sanh chẳng đủ lòng tin, nghe nói chỗ hành vi rất sâu xa của chư Phật, liền suy nghĩ rằng: Vì sao chỉ

---

[1] Núi chúa Diệu Cao (Diệu Cao sơn vương), tức là núi chúa Tu-di (Meru). Kinh Phật dùng núi Tu-di làm ví dụ là núi cao lớn hơn hết trong các núi.

[2] Ví dụ những việc rất khó làm, nhưng vẫn còn có thể làm được.

niệm danh hiệu của một đức Phật Dược Sư Lưu Ly Quang Như Lai mà được các công đức cao trỗi, ích lợi dường ấy? Nghĩ vậy nên chẳng tin, quay lại báng bổ. Những người ấy mãi mãi về sau chẳng được điều lợi ích, vui mừng lớn,[1] phải đọa các nẻo ác, lưu chuyển không cùng."

Phật dạy A-nan: "Những người này nếu nghe danh hiệu của đức Thế Tôn Dược Sư Lưu Ly Quang Như Lai, chí tâm thọ trì, chẳng sanh lòng nghi hoặc, nếu như còn phải đọa vào nẻo ác thì thật vô lý.

"A-nan! Đó là chỗ hành vi rất sâu xa của chư Phật, khó tin hiểu được. Nay ông có thể nhận lãnh được, nên biết rằng đó là nhờ oai lực của Như Lai.

---

[1] Điều lợi ích vui mừng rất lớn: Tức là được sự hộ trì, cứu vớt do nơi bản nguyện của đức Phật Dược Sư Quang Như Lai. Nguyện lực ấy dù cứu độ cho vô số vô lượng chúng sanh, nhưng chẳng thể cứu vớt những kẻ không có lòng tin.

"A-nan! Hết thảy các bậc Thanh văn, Độc giác,[1] cùng các vị Bồ Tát chưa lên Thập địa,[2] đều chẳng thể tin hiểu đúng như thật. Chỉ trừ bậc Bồ Tát Nhất sanh sở hệ[3] mà thôi.

"A-nan! Sanh ra làm người là khó, đối với Tam Bảo biết kính tin, tôn trọng cũng là khó. Được nghe danh hiệu đức Thế Tôn Dược Sư Lưu Ly Quang Như Lai cũng khó như vậy!

"A-nan! Đức Dược Sư Lưu Ly Quang Như Lai có vô số các hạnh Bồ Tát, vô số phương tiện khéo léo tinh tế, vô số những lời nguyện lớn lao bao quát. Dù ta có thuyết rộng trong suốt một kiếp, hay hơn một kiếp, thời gian ấy sẽ qua rất nhanh

---

[1] Tức là các vị tu theo Tiểu thừa.
[2] Bồ Tát chưa lên Thập địa (vị đăng địa Bồ Tát), là hàng Bồ Tát phát tâm tu tập nhưng chưa chứng đắc các quả vị từ Sơ địa cho đến Thập địa.
[3] Bồ Tát Nhất sanh sở hệ: Vị Bồ Tát còn một lần hóa sanh trước khi thành Phật. Cũng gọi là Bồ Tát Nhất sanh bổ xứ.

mà các hạnh nguyện, phương tiện của ngài chẳng thể nói hết!"

Lúc ấy, trong chúng hội có một vị Đại Bồ Tát tên là Cứu Thoát, từ chỗ ngồi đứng dậy, trịch tay áo bên vai phải, quỳ gối phải xuống, cúi người chắp tay bạch Phật: "Bạch đức Thế Tôn đức độ cao vời, trong thời Tượng pháp có những chúng sanh bị khốn khổ vì nhiều thứ bệnh hoạn, kéo dài làm cho suy nhược, gầy ốm, không ăn uống được, miệng khô cổ nóng, nhìn thấy chỗ nào cũng đen tối, cái chết hiện ra cận kề. Cha mẹ, quyến thuộc, bạn bè quen biết kêu khóc vây quanh. Riêng tự thân người ấy vẫn nằm yên đó mà nhìn thấy sứ giả của vua Diễm-ma[1] dẫn thần thức mình đến trước vua ấy. Mỗi người đều có một

---

[1] Vua Diễm-ma, tên gọi khác của Diêm Vương, vị vua cai quản cõi âm ty, nơi thần thức người chết đến thọ nghiệp.

vị thần Câu sanh[1] ghi chép đủ các điều tội phước đã làm, đưa hết cho Diễm-ma Pháp vương. Vua Diễm-ma bấy giờ mới tra hỏi, cân nhắc các việc đã làm, tùy theo tội phước mà xử đoán.

"Khi ấy, nếu những thân quyến của người bệnh có thể vì người ấy mà qui y đức Thế Tôn Dược Sư Lưu Ly Quang Như Lai, thỉnh chư tăng đến đọc tụng riêng một kinh này, thắp đèn bảy tầng, treo phướn thần năm màu nối mạng.[2] Hoặc thần thức người kia liền được trở về như người trong mộng, tự thấy tỏ rõ. Hoặc trải qua bảy ngày, hoặc hai mươi mốt ngày, hoặc ba mươi

---

[1] Câu sanh thần: Vị thần sanh ra đồng thời với mỗi hữu tình, cùng sống với hữu tình ấy mà ghi nhận hết thảy các việc lành dữ tạo tác trong đời. Thật ra có thể hiểu đây là Tạng thức, phần ghi chứa các chủng tử thiện ác của mỗi người.

[2] Thắp đèn bảy tầng, treo phướn thần năm màu nối mạng (nhiên thất tầng chi đăng, huyền ngũ sắc tục mạng thần phan): Dùng đèn và phướn ấy để tỏ lòng mong cầu cho người bệnh được nối lại mạng sống, tăng thêm tuổi thọ.

lăm ngày, hoặc bốn mươi chín ngày, thần thức người kia mới được trở về, như trong mộng tỉnh ra, tự nhớ biết hết các nghiệp lành dữ của mình. Những chỗ quả báo đều tự thấy biết. Vì thấy biết rõ quả báo của nghiệp, nên cho dù mạng sống có bị đe dọa cũng chẳng dám làm việc dữ.

"Vì vậy, những kẻ nam người nữ hiền lành, có lòng tin trong sạch, đều nên thọ trì danh hiệu đức Dược Sư Lưu Ly Quang Như Lai, tùy sức mình mà thường cung kính cúng dường."

Lúc ấy, A-nan hỏi Bồ Tát Cứu Thoát: "Thưa ngài, nên cung kính cúng dường đức Thế Tôn Dược Sư Lưu Ly Quang Như Lai như thế nào? Đèn, phướn nối mạng nên làm như thế nào?"

Bồ Tát Cứu Thoát đáp: "Này đại đức! Nếu có người bệnh muốn thoát bệnh khổ, thì quyến thuộc nên vì người ấy, thọ trì Tám phần trai giới trong bảy ngày đêm. Nên tùy sức mình mà sắm sửa các món ăn thức uống cùng những đồ dùng cần thiết cúng dường chư tỳ-kheo tăng. Ngày đêm sáu thời[1] đi quanh cung kính lễ bái,[2] cúng dường đức Thế Tôn Dược Sư Lưu Ly Quang Như Lai. Đọc tụng kinh này bốn mươi chín lần, thắp bốn mươi chín ngọn đèn. Tạo bảy hình tượng đức Như Lai ấy, trước mỗi hình tượng đặt bảy ngọn đèn, mỗi ngọn đèn đều lớn như bánh xe. Như vậy cho

---

[1] Ngày đêm sáu thời (trú dạ lục thời): Thời gian ngày xưa chia mỗi ngày đêm ra sáu thời. Ngày có ba thời là sáng, trưa, chiều. Đêm có ba thời là đầu hôm, giữa khuya và cuối đêm.

[2] Đi quanh cung kính lễ bái (lễ bái hành đạo): Hiểu chính xác là đi chậm rãi vòng quanh hình tượng Phật theo hướng tay phải. Đây là nghi thức lễ bái để tỏ lòng tôn kính. Từ "hành đạo" ở đây chỉ cho nghi thức lễ bái, không có nghĩa là "tu tập, thực hành đạo".

# PHẦN DỊCH ÂM

đến bốn mươi chín ngày, ánh sáng chẳng dứt. Làm phướn bằng lụa năm màu dài bốn mươi chín gang tay. Nên giải thoát sanh mạng cho nhiều loại chúng sanh,[1] cho đến bốn mươi chín ngày, có thể qua

---

[1] Nên giải thoát sanh mạng cho nhiều loại chúng sanh. (Ưng phóng tạp loại chúng sanh), thường gọi là phóng sanh, nghĩa là cứu lấy sanh mạng cho những chúng sanh đang bị nguy khốn. Bản Hán văn do cụ Đoàn Trung Còn in trước năm 1975 ghi rõ ngay sau đó là "chí tứ thập cửu nhật" (cho đến 49 ngày) trong khi các bản Đại Chánh tạng, Càn Long tạng đều không có chữ "nhật", nguyên câu được đọc thành: "Ưng phóng tạp loại chúng sanh chí tứ thập cửu" và hiểu là nên phóng sanh đến 49 (loài). Bản dịch Anh ngữ của Buddhist Text Translation Society cũng không có nghĩa tương đương của chữ "nhật". Bản in Vĩnh Lạc Bắc tạng thì không có nguyên đoạn này. Chúng tôi không biết cụ Đoàn Trung Còn căn cứ vào đâu để viết câu này, nhưng lại hợp lý hơn nhiều so với cách hiểu không có chữ "nhật", vì câu này sẽ thành là "giải thoát sanh mạng cho 49 loài chúng sanh". (Các bản Việt dịch, Anh dịch trước đây đều hiểu theo nghĩa này.) Nhưng 49 loài là những loài nào? Vì sao lại chọn phóng sanh chỉ 49 loài? Nếu ít hơn hoặc nhiều hơn lẽ nào không có ý nghĩa? Nhưng nếu có chữ "nhật", thì đây là một giai đoạn cố gắng thực hành phóng sanh, kéo dài đến 49 ngày, có vẻ hợp lý hơn nhiều, lại cũng tương ứng với quãng thời gian 49 ngày có nhắc đến ở đoạn kinh trước đó. Ngoài ra, trong một đoạn kinh theo sau lặp lại ý này, chúng ta cũng không thấy nhắc đến việc phóng sanh "đến 49 loài": "diệc ưng tạo lập ngũ sắc thần phan, nhiên đăng tục minh, *phóng chư sanh mệnh,* tán tạp sắc hoa, thiêu chúng danh hương, bệnh đắc trừ dũ, chúng nạn giải thoát".

khỏi nạn nguy ách, chẳng còn bị các loài quỷ ác hại níu giữ.

"Lại nữa, A-nan! Nếu những vị vua dòng sát-đế-ly[1] có thọ lễ Quán đảnh[2] gặp nhiều tai nạn khởi lên, như là: bệnh dịch trong nhân dân, nạn xâm lăng từ nước khác, phản nghịch ở nước mình, nạn tinh tú biến đổi quái lạ, nạn nhật thực nguyệt thực,[3] nạn mưa gió trái mùa, nạn hạn hán... Bấy giờ, những vị vua ấy nên khởi lòng từ bi đối với tất cả hữu tình, phóng thích kẻ tù tội, y theo phép cúng dường

---

[1] Sát-đế-ly hay Sát-ly, tiếng Phạn là **Kṣatriya**, tức là dòng vua chúa, một trong bốn giai cấp ở Ấn Độ vào thời đức Phật.

[2] Lễ Quán đảnh: Khi vua mới lên ngôi, một vị tu sĩ bà-la-môn đức độ dùng nước lấy ngoài biển lớn mà rưới lên đầu vua để ban phép lành, trong một nghi thức gọi là lễ Quán đảnh. Vị vua thọ phép này rồi mới được xem là cai trị một cách danh chánh ngôn thuận, được chư thần hộ trì. Nếu là bạo chúa, kẻ soán ngôi thì không được các các vị bà-la-môn ban phép này cho. Nên trong câu này có ý muốn nói đến các vị vua được lên ngôi một cách chính đáng.

[3] Theo cách hiểu thời xa xưa thì nhật thực, nguyệt thực, đều là điềm bất tường, báo trước những tai ương.

vừa nói trên mà cúng dường đức Thế Tôn Dược Sư Lưu Ly Quang Như Lai. Nhờ căn lành đó cùng với nguyện lực của đức Như Lai, cõi nước ấy liền được yên ổn, mưa thuận gió hòa, lúa thóc được mùa; hết thảy người người đều không bệnh tật, sung sướng vui vẻ. Trong nước không có những thần dược-xoa bạo ác quấy rối hữu tình. Hết thảy tướng ác đều mất đi. Riêng những vị vua ấy được sống lâu, đẹp đẽ, khỏe mạnh, không bệnh tật, không trói buộc, thảy đều được tăng phần lợi ích.

"Này A-nan! Nếu các vị hoàng hậu, vương phi, công chúa, vương tử sắp nối ngôi, đại thần, tể tướng, thể nữ trong cung, quan chức, hoặc dân thường, bị khổ sở vì bệnh tật và các tai ách, thì cũng nên làm phướn thần năm màu, thắp đèn sáng liên tục, giải thoát sanh mạng cho chúng sanh,¹ rải hoa đủ loại nhiều màu, xông đốt các loại danh hương cúng dường đức Như Lai Dược Sư Quang Lưu Ly. Bệnh tật liền hết, thoát khỏi mọi tai nạn."

Lúc ấy, A-nan hỏi Bồ Tát Cứu Thoát rằng: "Thưa ngài, khi mạng sống đã hết làm sao lại có thể tăng thêm?"

Bồ Tát Cứu Thoát đáp: "Này Đại đức! Ông chẳng nghe Như Lai nói đến chín cách chết oan uổng² hay sao? Vì vậy nên mới khuyên làm phướn và đèn nối mạng, tu các việc phước đức. Nhờ tu phước nên trọn đời chẳng phải trải qua những cơn hoạn nạn, khổ não."

---

[1] Đoạn này chứng tỏ kinh văn không hề có ý nói đến việc "phóng sanh đến 49 loài" như bị hiểu lầm trong nhiều bản dịch khác.

[2] Chết oan uổng (hoạnh tử): không đáng chết mà chết, chưa dứt thọ mạng mà chết. Cũng gọi là chết oan, chết bất đắc kỳ tử.

Ngài A-nan liền hỏi: "Thế nào là chín cách chết oan uổng?"

Bồ Tát Cứu Thoát đáp: "Như có những người mắc bệnh nhẹ nhưng không thầy, không thuốc, cũng không có người thăm bệnh. Như được gặp thầy, lại cho thuốc sai. Thật chẳng đáng chết, nhưng lại phải chết uổng. Lại tin theo những tà ma ngoại đạo ở thế gian; nghe các thầy yêu nghiệt nói bậy việc họa phước, sanh ra sợ sệt, dao động, chẳng giữ được lòng chân chánh, bói toán hỏi việc tai họa, giết hại các loài chúng sanh, tâu bày lên các đấng thần minh, kêu gọi các loài quỷ thần sông, rạch, núi, hồ; thỉnh cầu ban phước, hy vọng kéo dài mạng sống, nhưng rốt cuộc chẳng thể được. Kẻ ngu si mê hoặc tin theo tà kiến điên đảo đành phải chết uổng. Đọa vào địa ngục chẳng biết lúc nào ra khỏi. Đó là cách chết oan uổng thứ nhất.

"Cách chết oan uổng thứ nhì là do phép vua mà bị tru diệt.[1]

"Cách chết oan uổng thứ ba là do ưa thích săn bắn, tham dâm mê rượu, phóng túng vô độ, bất ngờ bị loài phi nhân đoạt mất tinh khí mà chết.

"Cách chết oan uổng thứ tư là bị nạn lửa đốt cháy mà chết.

"Cách chết oan uổng thứ năm là chìm dưới nước mà chết.

"Cách chết oan uổng thứ sáu là bị các loài thú dữ ăn thịt.

"Cách chết oan uổng thứ bảy là té chết nơi núi non hiểm trở.

---

[1] Theo luật pháp của vua chúa ngày xưa, có những người phạm tội nặng nề vua sai giết cả ba họ (tru di tam tộc). Người chết theo cách này, tự mình không phạm tội, chỉ bởi nằm trong "tam tộc" của kẻ có tội mà chết nên gọi là chết oan uổng. Ba họ bị giết đó là: họ nội (tức là họ cha), họ ngoại (tức là họ mẹ), và họ của vợ.

# PHẦN DỊCH ÂM

"Cách chết oan uổng thứ tám là do thuốc độc, do trù ếm, chú thuật, các loài thây ma đứng dậy hóa quỷ[1] hại chết.

"Cách chết oan uổng thứ chín là đói khát khốn khổ, do chẳng được ăn uống nên phải chết.

"Đó là chín cách chết oan uổng mà Như Lai đã lược nói ra. Lại còn vô số những cách chết oan uổng khác nữa, khó nói hết được.

"Lại nữa, A-nan! Vua Diễm-ma giữ việc ghi chép tên họ của người thế gian. Nếu những hữu tình nào phạm tội bất hiếu, Năm tội nghịch,[2] phá hoại mạ nhục Tam Bảo, làm

---

[1] Các loài thây ma đứng dậy hóa quỷ (Khởi thi quỷ đẳng): là những thây ma do tà thuật gọi dậy mà sai đi hại người.

[2] Năm tội nghịch (ngũ nghịch). Đó là: giết cha, giết mẹ, giết A-la-hán, phá sự hòa hợp của tăng chúng, làm thân Phật chảy máu. Phạm một trong năm tội nghịch ấy phải đọa vào Vô gián địa ngục. Bị hành hạ chẳng có lúc nào gián đoạn nên gọi là vô gián.

hư hoại phép tắc vua tôi,¹ hủy hoại lòng tin, giới cấm, thì vua Diêm-ma tùy theo tội nặng nhẹ mà tra khảo hành phạt họ. Vì vậy nên nay tôi khuyên người ta hãy thắp đèn, treo phướn, phóng sanh, tu phước, để được thoát khổ ách, chẳng phải gặp các tai nạn."

Lúc ấy, có mười hai vị Đại tướng Dược-xoa đang ngồi trong Pháp hội. Đó là: Đại tướng Cung-tỳ-la, Đại tướng Phạt-chiết-la, Đại tướng Mê-xí-la, Đại tướng An-để-la, Đại tướng Át-nể-la, Đại tướng San-để-la, Đại tướng Nhân-đạt-la, Đại tướng Ba-di-la, Đại tướng Ma-hổ-la, Đại tướng Chân-đạt-la, Đại tướng Chiêu-đỗ-la, Đại tướng Tỳ-yết-la.

---

¹ Làm hư hoại phép tắc vua tôi (hoại quân thần pháp): làm đảo lộn phép tắc, mối quan hệ giữa vua tôi, như làm tôi giết vua, hoặc vua chẳng giữ đúng phép với bầy tôi...

Mười hai Đại tướng Dược-xoa ấy, mỗi vị đều có bảy ngàn dược-xoa quyến thuộc, đồng thanh lên tiếng bạch Phật rằng: "Bạch Thế Tôn! Chúng con nay nhờ oai lực Phật nên được nghe danh hiệu đức Thế Tôn Dược Sư Lưu Ly Quang Như Lai. Chúng con chẳng còn sợ đọa vào các nẻo ác. Chúng con bảo nhau đồng lòng tin theo Phật, Pháp, Tăng cho đến trọn đời. Thề nguyện gánh vác cho hết thảy hữu tình, làm những việc nghĩa lợi, nhiêu ích, an lạc. Dù là thôn quê, thành thị, đồng vắng, rừng sâu, bất cứ nơi đâu mà có người lưu hành, phân phát kinh này, hoặc có người thọ trì danh hiệu đức Dược Sư Lưu Ly Quang Như Lai, cung kính cúng dường, chúng con và quyến thuộc sẽ theo hộ vệ những người ấy, khiến cho thoát khỏi tất cả nạn khổ. Như có mong cầu điều chi, đều làm cho được thỏa mãn. Hoặc có người nào bệnh tật, tai ách cầu được độ thoát, cũng nên đọc tụng kinh này, dùng những tấm lụa năm màu mà kết danh hiệu của chúng con vào. Sau khi được như nguyện rồi sẽ tháo gỡ ra."

Lúc ấy, đức Thế Tôn khen các Đại tướng Dược-xoa rằng: "Lành thay, lành thay! Các vị Đại tướng Dược-xoa! Các ông nghĩ tưởng việc báo đáp ân đức của đức Thế Tôn Dược Sư Lưu Ly Quang Như Lai, thường nên làm lợi ích an lạc như vậy cho tất cả hữu tình."

Bấy giờ, ngài A-nan bạch Phật rằng: "Bạch Thế Tôn! Nên gọi tên pháp môn này là gì? Chúng con nên phụng trì như thế nào?"

Phật bảo A-nan: "Pháp môn này tên là: Thuyết giảng về công đức bản nguyện của đức Dược Sư

# PHẦN DỊCH ÂM

Lưu Ly Quang Như Lai. Cũng tên là: Thuyết giảng về Thần chú kết nguyện của mười hai vị thần tướng làm lợi ích hữu tình. Lại cũng tên là: Trừ diệt hết thảy nghiệp chướng. Nên theo như vậy mà phụng trì."

Khi đức Thế Tôn thuyết dạy những lời ấy rồi, các vị đại Bồ Tát, đại Thanh văn, quốc vương, đại thần, bà-la-môn, cư sĩ, trời, rồng, dược-xoa, kiện-đạt-phược, a-tố-lạc, yết-lộ-trà, khẩn-nại-lạc, mạc-hô-lạc-già,[1] cả loài người và chẳng phải người, tất cả đại chúng nghe Phật thuyết kinh này rồi, thảy đều hết sức vui vẻ, tin nhận, vâng làm.

**KINH DƯỢC SƯ LƯU LY QUANG NHƯ LAI BẢN NGUYỆN CÔNG ĐỨC**

---

[1] Độc giả cần lưu ý những tên gọi này ngài Huyền Trang đều dùng khác với các bản dịch chữ Hán trước ngài, như dược-xoa → dạ-xoa, kiện-đạt-phược → càn-thát-bà, a-tố-lạc → a-tu-la, yết-lộ-trà → ca-lầu-la, khẩn-nại-lạc → khẩn-na-la, mạc-hô-lạc-già → ma-hầu-la-già...

# Lời thưa

Trong kinh Pháp Cú, đức Phật dạy rằng: "Pháp thí thắng mọi thí." Thực hành Pháp thí là chia sẻ, truyền rộng lời Phật dạy đến với mọi người. Mỗi người Phật tử đều có thể tùy theo khả năng để thực hành Pháp thí bằng những cách thức như sau:

1. Cố gắng học hiểu và thực hành những lời Phật dạy. Tự mình học hiểu càng sâu rộng thì việc chia sẻ, bố thí Pháp càng có hiệu quả lớn lao hơn. Nên nhớ rằng việc đọc sách còn quan trọng hơn cả việc mua sách.

2. Phải trân quý kinh điển, sách vở in ấn lời Phật dạy. Khi có điều kiện thì mua, thỉnh về nhà để tự mình và người trong gia đình đều có điều kiện học hỏi làm theo. Không nên giữ làm của riêng mà phải sẵn lòng chia sẻ, truyền rộng, khuyến khích nhiều người khác cùng đọc và học theo. Không nên để kinh sách nằm yên đóng bụi trên kệ sách, vì kinh sách không có người đọc thì không thể mang lại lợi ích.

3. Tùy theo khả năng mà đóng góp tài vật, công sức để hỗ trợ cho những người làm công việc biên soạn, dịch thuật, in ấn, lưu hành kinh sách, để ngày càng có thêm nhiều kinh sách quý được in ấn, lưu hành.

Thông thường, việc chi tiêu một số tiền nhỏ không thể mang lại lợi ích lớn, nhưng nếu sử dụng vào việc giúp lưu hành kinh sách thì lợi ích sẽ lớn lao không thể suy lường. Đó là vì đã giúp cho nhiều người có thể hiểu và làm theo lời Phật dạy. Mong sao quý Phật tử khắp nơi đều lưu tâm đóng góp sức mình vào những việc như trên.

# TINH YẾU THỰC HÀNH PHÁP THÍ

- *Mua thỉnh kinh sách về đọc, tự mình sẽ được rất nhiều lợi ích.*
- *Chia sẻ, truyền rộng bằng cách cho mượn, biếu tặng kinh sách đến nhiều người thì lợi ích ấy càng tăng thêm gấp nhiều lần.*
- *Đóng góp công sức, tài vật để hỗ trợ công việc biên soạn, dịch thuật, giảng giải, in ấn, lưu hành kinh sách thì công đức lớn lao không thể suy lường, vì có vô số người sẽ được lợi ích từ việc lưu hành kinh sách.*

www.ingramcontent.com/pod-product-compliance
Lightning Source LLC
LaVergne TN
LVHW011728060526
838200LV00051B/3077